- Emikisa Egy'asuubizibwa -

Omuntu Anoonya
Omukisa Omutuufu

Dr. Jaerock Lee

> *"Alina omukisa omusajja oyo eyeesiga Mukama,*
> *Era MUKAMA lye ssuubi lye.*
> *Kubanga aliba ng'omuti ogwasimbibwa awali amazzi,*
> *Ne gulanda emmizi gyagwo awali omugga,*
> *So tegulitya musana bwe gwaka ennyo*
> *Naye amalagala gaagwo galiyera*
> *So tegulyeraliikiririra mu mwaka ogw'ekyeya,*
> *So tegulirekayo kubala bibala."*
> *(Yeremiya 17:7-8)*

OMUNTU ANOONYA OMUKISA OMUTUUFU kya Dr. Jaerock Lee
Kyafulumizibwa aba Urim Books (Abakulirwa: Johnny. H. Kim)
235-3, Guro-dong 3, Guro-gu, Seoul Korea
www.urimbooks.com
Essimu: 82-2-818-7346
FAX: 82-2-851-3854

Obuyinza bwonna tubwesigaliza. Ekitabo kino oba ebitundu byakyo tebirina kufulumizibwa nate mu ngeri yonna, oba okuterekebwa mu ngeri yonna, oba okufulumizibwa mu kika kyonna ng'okwokyesaamu, oba okunaazaamu kkoppi, awatali lukusa okuva eri abaakifulumya.

Okujjako nga kiragiddwa, eby'awandiikibwa byonna bisimbuddwa mu Kitabo Ekitukuvu..

Obwannannyini@2009 bwa Dr. Jaerock Lee
ISBN: 979-11-263-1376-1 03230
Obwannannyini ku kuvunnula @ 2009 bwa Dr. Esther K. Chung. Ng'akkiriziddwa.

Kyasooka kufulumizibwa mu lulimi olu Korea aba Urim Books mu 2007

Kyasooka kufuluma mu gw'okusatu 2009

Kyasunsulibwa Dr. Geumsun Vin
Kyalungiyizibwa Ekitongole ekisunsuzi ekya Urim Books
Kyakubibwa mu kyapa aba Yewon Printing Company
Ayagala okumanya ebisingawo, yita ku mukutu gwa urimbook@hotmail.com

Obubaka mu Kitabo kino

Waliwo emboozi eyawandiikibwako mu ttendekero lye Looma. Waliwo omuyizi mu ttendekero eryo eyali alina obuzibu mu nsimbi eyagenda eri omusajja omukulu omugagga n'amusaba okumuyamba. Omusajja n'amubuuza sente kye yali azaagaza. Omuyizi n'addamu nti yali azeetaaga asobole okumaliriza emisomo gye....

"Ekyo nga kiwedde?"

"Nnina okunoonye sente."

"Kati olwo?"

"Mpase."

"Olwo?"

"Nja kukaddiwa."

"Olwo?"

"Nja kufa."

"Olwo?"

"..."

Waliwo eky'okuyiga ekirungi ekiri mu mboozi eno. Singa omuyizi oyo yali omuntu anoonya emikisa emituufu gyayinza okubeera nagyo olubeerera, Yandizeemu nti, "Nja kugenda mu ggulu," eri ekibuuzo ekisembayo omusajja omukulu kye yamubuuza.

Okutwaliza awamu, mu kitundu kino abantu balowooza nti okuba n'ebintu nga obugagga, okuba abalamu, etutumu, obuyinza, ne ddembe mu maka gy'emikisa. Bafuba nnyo okufuna ebintu bino. Naye bwe twetoolooza amaaso, tukiraba nga batono abeeyagalira mu bintu bino byonna.

Amaka agamu gayinza okuba amagagga, naye agasinga ku go gabeera n'ebizibu oba babeera n'obutategeeragana mu bo, wakati w'abazadde, abaana, oba ba mulamu. N'omuntu omulamu asobola okufa ekiseera kyonna olw'akabenje oba obulwadde.

Mu mwezi gw'okuna omwaka gwa 1912, enkumi n'enkumi z'abantu baali mu ddembe nga bwe batambulira ku meeri ey'ebbeeyi eyafuna akabenje akabi ennyo. Emanyiddwa nga 'Titanic,' yaliko abantu 2,300, bwe yatomera ejjinja lya bbalaafu n'ebbira omulundi gwayo ogusoose okuttika abantu. Ye meeri eyali esingayo obunene mu nsi yonna era nga yeewaana nnyo olw'ebbeeyi yaayo n'obuweereza obulungi ennyo, naye tewali yali amaanyi kiyinza kuddirira mu ssaawa ezaali ziddako.

Tewali n'omu asobola kwogera ku binaabaawo enkya mu bukakafu. Wadde omuntu yeeyagalidde mu bugagga, etutumu n'obuyinza obulamu bwe bwonna ku nsi eno, tasobola kugamba nti muntu eyaweebwa omukisa bw'agwa mu ggeyeena n'abonaabona olubeerera. N'olwekyo, omukisa omutuufu kwe kufuna obulokozi era n'ayingira obwakabaka obw'omu ggulu.

Emyaka nga 2,000 egiyise, Yesu yatandika obuweereza Bwe eri abantu n'obubaka, "Mwenenye, kubanga obwakabaka bwa Katonda buli kumpi!" obubaka obwasookera ddala obuddirira okulangirira kuno bwe bwe 'Mikisa,' egiweebwa abantu eginaabasobozesa okuyingira obwakabaka obw'omu ggulu. Eri abantu abaali banaatera okubulawo ng'olufu, Yesu yabasomesa ku mikisa egy'olubeerera, kwe kugamba emikisa emituufu egikutwaza mu bwakabaka obw'omu ggulu.

Era yabasomesa n'okufuuka omusana era omunnyo gwe ensi, okutuukiriza Amateeka n'okwagala, okusobola okufuna Emikisa egy'asuubizibwa. Kino kiwandiikibwa okuva ku Matayo essuula 5 okutuuka ku ssuula 7. Era buno buyitibwa 'Obubaka obw'oku Lusozi.'

Mu bulambulukufu obulungi ennyo, awamu n'Okwagala okw'Omwoyo mu 1 Bakolinso essuula 13 ne Ekibala Eky'omwoyo mu Baggalatiya essuula 5, emikisa egy'atusuubizibwa gitulaga engeri gye tuyinza okufuuka abantu ab'omwoyo.

By'ebipande ebituteereddwa mu maaso tusobole okwekebera, n'embala ze tulina okuba n'azo okusobola okutukuzibwa n'okuyingira mu Yerusaalemi Empya eyo ewali namulondo ya Katonda era nga kye kifo ekisingayo obulungi eky'okubeeramu mu ggulu.

Ekitabo kino Omuntu Anoonya Omukisa Omutuufu bwe bufunze obw'ebyo ebisomesebwa ku Mikisa egy'asuubizibwa bye n'asomesa mu kanisa enfunda eziwera.

Bwe tutuukiriza ebigambo ebiri mu Mikisa egyasuubizibwa, tetujja kukoma ku kweyagalira mu mikisa gyonna egy'oku nsi kuno gamba nga obugagga, okuba abalamu, okuba ab'etutumu, ab'obuyinza, ne ddembe mu maka, wabula tujja kufuna ne Yerusaalemi Empya mu bifo ebingi eby'okubeeramu mu ggulu. Emikisa egiweebwa okuva eri Katonda tegisobola kunyeenyezebwa mu mbeera enzibu yonna. Bwe tutuukiriza ebyo ebituweesa emikisa egy'asuubizibwa, tetujja kuweebuuka mu mbeera yonna.

Nsaba nti, okuyita mu kitabo kino, abantu bangi bajja kukyuka bafuuke abantu ab'omwoyo abo abanoonya emikisa emituufu basobole okufuna emikisa gyonna egitegekeddwa Katonda. Era neebaza na Geumsun Vin, akulira ekitongole ekisunsuzi n'abakozi bonna.

Dr. Jaerock Lee

Ebirimu

Obubaka mu Kitabo Kino

Essuula 1
Balina Omukisa Abaavu mu Mwoyo,
kubanga abo Obwakabaa obw'omu Ggulu bwe bwabwe

Chapter 2
Balina Omukisa Abali mu Nnaku,
Kubanga abo Balisanyusibwa

Essuula 3
Balina Omukisa Abateefu,
Kubanga Abo Balisikira Ensi

Essuula 4
Balina Omukisa Abalumwa Enjala n'ennyonta
Olw'obutuukirivu, kubanga abo balikkusibwa

Essuula 5
Balina Omukisa Ab'ekisa,
Kubanga balikwatirwa Ekisa

Essuula 6
Balina Omukisa Abalina Omutima Omulongoofu,
Kubanga abo Baliraba Katonda

Essuula 7
Balina Omukisa Abatabaganya,
Kubanga abo baliyitibwa Baana ba Katonda

Essuula 8
Balina Omukisa Abayigganyizibwa Olw'obutuukirivu,
Kubanga abo obwakabaka obw'omu ggulu bwe bwabwe

Essuula 1
Omukisa Ogusooka

Balina Omukisa Abaavu mu Mwoyo, kubanga abo Obwakabaa obw'omu Ggulu bwe bwabwe

Matayo 5:3

"Balina omukisa abaavu mu mwoyo, kubanga abo obwakabaka obw'omu ggulu bwe bwabwe"

Waliwo omusibe eyasalirwa ogw'okuttibwa mu kkomera lya America eyali akaaba ennyo ng'akutte amawulire mu ngalo ze. Omutwe omukulu mu mawulire gwali gwogera ku kwanjulibwa okw'omukulembeze wa Amerika omugya ow'omulundi agwabiri mw'ebiri eri ensi, Stephen Grover Cleveland. Omukuumi we kkomera eyali amutunuulidde n'amubuuza lwaki yali akaaba nnyo. N'atandika okunyonyola nga bwatunudde wansi.

N'agenda mu maaso okwogera nti, "Stephen nange twasomera mu ttendekero lye limu. Olunaku lumu, nga tumazeeko ekibiina kyaffe, ne tuwulira ekidde kye kanisa nga kivuga. Stephen n'ansaba ngende naye mu kanisa, naye ne ng'aana. Ye ne yeeyongerayo ku kanisa, nze ne ng'enda mu bbaala. Ekyo kye kyafuula obulamu bwaffe obw'enjawulo ennyo."

Okusalawo okwakolebwa mu kaseera akatono kati kwakyusa obulamu bw'omusajja ono. Naye kino tekikoma ku bulamu buno obw'oku nsi bwokka. Obulamu bwaffe obw'olubeerera n'abwo busobola okukyusibwa olw'okusalwo kwe tukola.

Abo Abayitibwa ku Mbaga Ey'omu Ggulu

Mu Lukka ssuula 14, waliwo omuntu eyafumba embaga ennene era n'ayita abantu bangi. N'atuma abaddu be okugenda okugamba abaayitibwa nti obudde bw'embaga butuuse, naye abaddu bonna abaatumibwa baakomawo nga bali bokka. Abaayitibwa ku mbaga baalina ensonga nnyingi ez'okwekwasa, era nga bonna baalina ebintu bingi ebyabalemesa okujja.

"Nguze olusuku, kingw'anidde okuyimuka okugenda okululaba. Nkwegayiridde nsonyiwa. Sijja kusobola kubaayo."

"Nguze emigogo gy'ente etaano, ng'enda kuzikema. Nkwegayiridde nsonyiwa. Sijja kusobola kubaayo."

"Manyi ojja kunsaasira, Mpasizza omukazi, kyennava nnema okuyinza okujja."

Awo nannyini nnyumba n'atuma abaddu be nate mu nguudo ne mu makubo ag'ekibuga, okuleeta abaavu, abalema n'abazibe b'amaaso n'abawenyera okujja ku mbaga. Mu lugero luno Yesu ageraageranya abo abaayitibwa ku mbaga n'abo abayitibwa okubeerawo ku mbaga ey'omu ggulu.

Ennaku zino, abo abagagga mu mwoyo bagaana okukkiriza enjiri. Beekwasa bingi ebibagaana okubaawo ku mbaga, so nga abo abaavu mu mwoyo, bakkiririzaawo okuyitibwa kwe bafunye. Yensonga lwaki wankaaki esooka okuyitibwamu okutuuka ku mukisa omutuufu kwe kufuuka omuntu omwavu mu mwoyo.

Abaavu mu Mwoyo

Okubeera "omwavu mu mwoyo" kwe kubeera n'omutima omwavu. Kwe kubeera n'omutima ogutaliimu kwemanya, malala, na kweyagaliza, okwegomba kwo, oba obubi. N'olwekyo, abo "abaavu mu mwoyo" bakkiriza enjiri mu bwangu. Era oluvannyuma lw'okukkiriza Yesu Kristo, batandika okunoonya ebintu eby'omwoyo. Bakyuka mangu olw'amaanyi ga Katonda.

Abakyala abamu bagamba nti, "Ddala omwami wange musajja mulungi, naye tayagala kukkiriza njiri." Abantu omuntu bamuyita "omulungi" Bwatakola bikolwa bibi kungulu. Naye omuntu ne bwalabika ng'omulungi, bw'atakkiriza njiri olw'okuba omutima gwe mugagga, tuyinza tutya okugamba nti ddala mulungi?

Mu Matayo essuula 19, waliwo omuvubuka omuto eyajja eri Yesu n'amubuuza ebintu ebirungi byayinza okukola okusobola okufuna obulamu obutaggwaawo. Yesu n'amugamba okukuumanga amateeka ga Katonda gonna. Kw'ekyo n'ayongerako nti, Atunde eby'obugagga bye byonna, awe abaavu, oluvannyuma amugoberere.

Omuvubuka ono yalowooza nti yali ayagala nnyo Katonda era nga akuuma amateeka Ge bulungi nnyo. Naye yagenda anakuwadde nnyo. Kyali bwe kityo lwakuba yali mugagga, era ng'obugagga bwe abutwala nga bwa muwendo okusinga obulamu obutaggwaawo. Yesu bwe yalaba omuvubuka ono kwe kugamba, "Kyangu eng'amira okuyita mu nnyindo y'empiso, okukira omugagga okuyingira mu bwakabaka bwa Katonda" (olu.24).

Wano, okubeera omugagga tekitegeeza kubeera na bya bugagga byokka nga bingi. Kitegeeza okubeera omugagga mu mwoyo. Abantu abagagga mu mwoyo bayinza obutakola kintu ekibi ennyo ku ngulu, naye nga balina okwegomba kw'ensi nga kungi. Beenyumiriza nnyo mu sente, mu buyinza, okumanya, amalala, eby'amasanyu, ebinyumu, n'amasanyu g'ensi amalala. Yensonga lwaki bawulira nga tebeetaaga njiri, era tebanoonya

Katonda.

Emikisa Egy'obugagga Egy'abo Abaavu mu Mwoyo

Mu Lukka essuula 16, omusajja omugagga yeeyagalira mu bulamu era nga taggwa kutegeka bubaga. Yali mugagga nnyo era nga n'omutima gwe mugagga nnyo; Yali talaba bwetaavu bwa kukkiririza mu Katonda. Naye ye omunaku Lazaalo yali abonaabona n'endwadde era nga bwasabiriza ku wankaaki y'ennyumba y'omugagga. Kubanga yali mwavu mu mwoyo, yanoonya Katonda.

Kiki ekyatuukawo bwe baafa? Lazaalo yalokolebwa era n'awummulira mu kifuba kya Ibulayimu, naye omusajja omugagga n'agwa mu nnyanga ze magombe n'aba ng'abonaabona olubeerera.

Omuliro gwali gw'okya nnyo n'agamba nti, "Kitange Ibulayimu, nsaasira, otume Laazaalo annyike ensonda y'olunwe lwe mu mazzi, ampozeewoze olulimi lwange" (olu 24). Teyasobola kudduka ku bulumi obwo wadde akaseera akatono.

Olwo, muntu wa kika ki alina omukisa? Si muntu alina eby'obugagga ebingi n'obuyinza era eyeeyagalira mu bulamu bw'ensi eno ng'omugagga. Obulamu ne bwe bubeera bwa wansi, naye bwe bulamu obw'omukisa okukkiriza Yesu Kristo okusobola okuyingira mu bwakabaka obw'omu ggulu nga Lazaalo. Tuyinza tutya okugeraageranya obulamu bw'oku nsi kuno kwe tubeera emyaka ensanvu oba ekinaana, n'obulamu obutaggwaawo?

Olugero luno lutubuulira nti ekintu ekikulu si kuba bagagga oba baavu ku nsi kuno, wabula okubeera abaavu mu mwoyo n'okukkiririza mu Katonda.

Kyokka tekitegeeza nti, omuntu omwavu mu mwoyo era nga akkiriza Yesu Kristo nti ajja kubeera mwavu era ng'abonaabona n'endwadde nga Lazaalo bwe yali okusobola okulokolebwa. Wabula, olw'okuba Yesu yatununula okuva mu bibi era naye yennyini n'abeera mu bwavu, bwe tubeera abaavu mu mwoyo nga tutambulira mu kigambo kya Katonda, tusobola okubeera abagagga (2 Abakkolinso 8:9).

3 Yokaana 1:2 wagamba, "Omwagalwa, Nsaba obeerenga bulungi mu bigambo byonna era obeerenga n'obulamu, ng'omwoyo gwo bwe gubeera obulungi." Ng'omwoyo gwaffe guli bulungi, tujja kubeera balamu bulungi mu mu mwoyo ne mu mubiri, era tujja kufuna emikisa gy'ensimbi, eddembe mu maka, n'ebirala bingi.

Wadde tukkiriza Yesu Kristo era ne tweyagalira mu mikisa gy'obugagga, tulina okukuuma okukkiriza kwaffe mu Kristo okutuuka ku nkomerero okusobola okufuna obwakabaka obw'omu ggulu mu bujjuvu. Bwe tuva ku kkubo ery'obulokozi olw'okwagala ennyo ensi, amannya gaffe gajja kusangulibwa mu kitabo eky'obulamu (Zabuli 69:28).

Kiba nga bw'olaba empaka mu mbiro empanvu. Omuddusi

abeera akulembedde n'ava mu mpaka nga tannamaliriza, tasobola kufuna kirabo kyonna omuli omuddaali ogwa zaabu.

Kwe kugamba, wadde tuli bannyiikivu mu kutambulira mu bulamu bw'ekikristaayo essaawa eno, bwe tufuuka abagagga mu mutima nate olw'ebikemo bya sente n'okukemebwa kw'ensi, okunyiikira kwaffe kujja kuwola. Tuyinza n'okuva ku Katonda. Bwe tukola ekyo, olwo nno tujja kuba tetukyasobola kutuuka mu bwakabaka obw'omu ggulu.

Yensonga lwaki 1 Yokaana 2:15-16 wasoma nti:

Temwagalanga nsi newakubadde ebiri mu nsi. Omuntu yenna bw'ayagala ensi, okwagala kwa Kitange tekuba mu ye. Kubanga buli ekiri mu nsi, okwegomba kw'omubiri, n'okwegomba kw'amaaso n'okwegulumiza kw'obulamu okutaliimu, tebiva eri Kitaffe, naye biva eri ensi.

Wegyeeko Okwegomba Kw'omubiri

Okwegomba kw'omubiri bye birowoozo ebitali mazima ebiva mu mutima. Zino ze mbala ezagala okwonoona. Bwe tukyawa, okusunguwala, okwegomba, okukwatibwa ensaalwa, okuba n'omutima omwenzi, n'okwemanya mu mitima gyaffe, tujja okwagala okulaba, okuwulira, okulowooza, n'okukola nga tugoberera embala zino.

Eky'okulabirako, omuntu bw'abeera ne mbala ey'okusalira abalala emisango n'okubakolokota, ajja kubeera n'okuyaayaana okw'okuwulira eby'ogerwa ku bantu abalala. Era awo, nga tataganye na kumanya mazima, atambuza ebyo byawulidde era n'awaayiriza n'okuwaayiriza era nga kibawa essanyu bwe babeera nga bakola kino.

Era, omuntu bw'abeera n'obusungu mu mutima, ajja kusunguwala ne mu buntu obutono. Okutereera ng'amaze kufulumya obusungu obwo. Bwagezaako okukkatira obusungu obubeera bubimba, kiba kya bulumi gyali, kale eky'okufulumya obusungu abeera tasobola kukyebeera.

Okusobola okweggyako okwegomba kuno okw'omubiri, tulina okusaba. Ddala tusobola okukweggyako bwe tufuna obujjuvu bw'Omwoyo okuyita mu kunyiikira okusaba. Era bwe tulekerawo okusaba oba ne tufiirwa obujjuvu bw'Omwoyo, Setaani tumuwa omwagaanya okusikuula okwegomba kw'omubiri. Era ekivaamu tusobola okubiteeka mu nkola ne twonoona.

1 Peetero 5:8 wagamba, "Mutamiirukukenga, mutunulenga, omulabe wammwe setaani atambutambula, ng'empologoma ewuluguma, ng'anoonya gw'anaalya." Okuyita mu kusaba, bulijjo tulina okuba obulindaala okusobola okufuna obujjuvu bw'Omwoyo Omutukuvu. Okuyita mu kusaba obutakoowa tusobola okufuuka abaavu mu mwoyo nga tweggyako okwegomba kw'omubiri, kubanga mbala ya kibi.

Okweggyako Okwegomba kwa Maaso

Okwegomba kw'amaaso y'embala ey'ekibi esiikuulwa bwe tulaba oba okuwulira ekintu. Etuleetera okwegomba n'okugoberera ebyo ebyalabiddwa oba okuwulirwa. Bwe tulaba ekintu, bwe tukikkiriza ne tukiteekamu ebirowoozo byaffe, bwe tuddamu okulaba ekintu kye kimu, kijja kukomyawo ebirowoozo bye bimu. Nga ne bw'oba tolabyeko, n'owulira obuwulizi ekintu ekifaananako ne kye wawulidde, ekyo kye wawulira munda kijja kudda, ekireetera okwegomba kw'amaaso.

Bwe tutegyako naye ne tukkiriza obukkiriza okwegomba kw'amaaso kuno okugenda mu maaso, kusiikuula okwegomba kw'omubiri. Era ng'ebiseera ebisinga ekiyinza okuvaamu kwe kuteeka ebibi mu nkola. Dawudi, nga ye musajja anoonya omutima gwa Katonda, naye yayonoona olw'okwegomba kw'amaaso.

Olunaku lumu, nga Dawudi amaze okufuuka kabaka nga ne ggwanga lye lifunyeemu ku mirembe, Dawudi yali ku nnyumba ya kabaka waggulu era n'alengera Basuseba, mukyala wa Uliya, ng'anaaba. Yakemebwa n'amutwala era ne yeebaka naye.

Mu kiseera ekyo, bba yali mu lutalo, ng'alwanirira ensi ye. Era bwe waayitawo ekiseera, Dawudi n'ategeera nti Basuseba yali lubuto. Okusobola okukweka ensobi ye, yayita Uriya ave mu lutalo asobole okusula eka.

Naye olw'okuba yali alowooza ku basirikale banne bwe baali mu lutalo abaali bakyalwana, Yasula ku wankaaki ye nnyumba ya Kabaka. Ebintu bwe bitaatambula nga bwe yali ayagala, Dawudi n'amusindika olutalo we lwali lunyinnyittira ennyo asobole okuttibwa.

Dawudi yalowooza nti yali ayagala Katonda okusinga omuntu omulala yenna. Wabula wadde guli gutyo, okwegomba kw'amaaso bwe kwamuyingiramu, yakola obubi obw'okwegata ne muka musajja. Era, n'ayagala n'okukizibiikiriza, bwatyo n'akola ekibi ekisingawo obunene eky'obutemu.

Bwe waayitawo ekiseera, ekyavaamu, yayita mu kigezo ekinene ennyo. Omwana ow'obulenzi gwe yazaala mu Basuseba yafa, era yalina okudduka nga mutabani we Abusolomu awambye obwakabaka. N'atuuka n'okuvumwa omusajja eyali talina bwali.

Okuyita mu kino, Dawudi yategeera ekika ky'obubi obwali mu mutima gwe era ne yeenenyeza ddala mu maaso ga Katonda mu bujjuvu. Era ekyavaamu, yafuuka Kabaka eyakozesebwa ennyo Katonda.

Ennaku zino abaana abato banyumirwa nnyo ebintu eby'ekikulu mu firimu oba ku Yintaneeti. Naye tebalina ku kitwala nga kyalusaago. Ekika ky'okwegomba kw'amaaso kuno kubeera nga kukoleeza emanduso y'okwegomba kw'omubiri.

Katukigeraageranye n'olutalo. Katugambe nti abaserikale abalwanira mu kibuga ekiriko ekisenge bayimiriddewo ku lw'okwegomba kw'omubiri. Olwo nno okwegomba kw'amaaso kibanga okw'ongera ku bungi bw'eggye oba eby'okulwanyisa ku basirikale abali mu kulwanira mu kibuga munda. Bwe boongera ku muwendo gw'abasirekale oba eby'okulwayisa, bajja kweyongera amaanyi okulwana. Okwegomba kw'omubiri bwe kwongerwamu amaanyi tetusobola kukuwangula.

N'olwekyo, olw'okuba kisoboka era kiri gye tuli okwesalako

okwegomba kw'amaaso, tetulina kulaba, kuwulira, oba okulowooza ku kintu kyonna nga si mazima. Era, bwe tulaba, okuwulira n'okulowooza ku mazima gokka, era ne tubeera n'ebirowoozo ebirungi byokka, tusobola okwegoberako ddala okwegomba kw'amaaso.

Okweggyako okweggulumiza kw'obulamu okutaliimu

Okwegulumiza kw'obulamu buno ye mbala ereetera omuntu okweraba nti wawaggulu. Kwe kwenyigira mu masanyu G'ensi agataliimu okusobola okukusa okwegomba kw'omubiri n'amaaso n'okulaga abalala by'otuseeko. Bwe tuba n'embala ey'ekika kino, tujja kwenyumiriza mu bugagga, ekitiibwa, okumanya, ebitone, endabika n'ebirala nga tweraga, abantu okusobola okutusaako amaaso. Yakobo 4:16 wagamba, "Naye kaakano mwenyumiriza mu kwekulumbaza kwammwe, okwenyumiriza kwonna okuli bwe kutyo kubi." Okwenyumiriza tekutuyamba. N'olwekyo, Nga bwe kyogera mu 1 Bakkolinso 1:31 nti, "Eyeenyumiriza, yeenyumirizenga mu Mukama," Tulina okwenyumiriza mu Mukama yekka okusobola okuwa Katonda ekitiibwa.

Okwenyumiriza mu Mukama kwe kwenyumiriza mu Katonda olw'okuddamu okusaba kwaffe, okutuwa omukisa n'ekisa, n'obwakabaka bw'omu ggulu. Kwe kuddiza Katonda ekitiibwa n'okusimba okukkiriza n'essuubi mu bawuliriza basobole okuyaayaanira ebintu eby'omwoyo.

Naye abantu abamu bagamba nti beenyumiriza mu Mukama,

naye nga balina bwe baagala bagulumizibwa okuyita mu kyo. Mu mbeera eno, tekisobola kukyusa balala. N'olwekyo, tulina okwetunulamu mu buli kimu amalala g'obulamu buno galeme okutujjira (Abaruumi 15:2).

Fuuka Omwana mu Mwoyo

Waliwo omwana omuto mu kabuga akamu mu Amerika. Olw'okuba ekibiina abaana mwe baali basabira kyali kitono, n'atandika okusaba Katonda okubawa ekibiina omusabira abaana ekineneko. Bwe waayita ennaku ng'okusaba kwe tekuddiddwamu, n'atandika okuwandiikira Katonda ebbaluwa buli lunaku.

Kyokka, yali tannaweza myaka kkumi n'afa. Nnyina bwe yali akebera mu bintu bye kwe kusanga ebbaluwa ennyingi ezisibiddwa awamu nga ze bbaluwa ze yali awandiikira Katonda. Bwatyo n'aziraga omusumba, era n'akwatibwako nnyo. N'akyogerako bwe yali abuulira.

Amawulire gano gaatuuka mu bitundu bingi, era ebirabo n'ebitandika okuva eno n'eri era tewaayita bbanga sente ez'okuzimba ekkanisa empya n'eziwera. Oluvannyuma, esomero ly'ebibiina ebya wansi n'ery'ebibiina ebya siniya byatandikibwawo mu linnya lye, era ekyo bwe kyaggwa ne bazimba ne ttendekero. Kino kyava mu kukkiriza okw'amazima okw'omwana omuto eyali akkiriza nti Katonda yalina okutuwa byonna bye tusaba.

14 · OMUNTU ANOONYA OMUKISA OMUTUUFU

Mu Matayo essuula 18, abayigirizwa baabuuza Yesu nti ani mukulu mu bwakabaka obw'omu ggulu. Yesu n'abaddamu nti, "Mazima mbagamba nti, bwe mutakyuka okufuuka ng'abaana abato, temuliyingira n'akatono mu bwakabaka obw'omu ggulu" (olu. 3). Eri Yesu, omuntu ne bwabeera n'emyaka mingi, fenna tulina okubeera n'omutima nga ogw'abaana abato.

Abaana tebalina musango gwonna era batukuvu, kale buli kimu bakitwala bulambalamba nga bwe kyabayigirizibwa. Mu ngeri y'emu, okujjako nga tukkiriza era ne tugondera ekigambo kya Katonda nga bwe tukiwulira n'okukiyiga lwe tusobola okuyingira mu bwakabaka obw'omu ggulu.

Eky'okulabirako, Ekigambo kya Katonda kigamba nti 'Saba obutaleekayo,' era tulina okusaba obutalekaayo awatali kwewolereza. Katonda atugamba okusanyuka bulijjo, era bulijjo tugezeeko okusanyuka nga tetulowoozezza nti , 'Nnyinza ntya okusanyuka n'ennaku eno endi ku mutima?' Katonda atugamba obutakyawa, era ne tugezaako n'okwagala abalabe baffe awatali kwewolereza.

Mu ngeri y'emu, bwe tubeera n'emitima egy'abaana abato, tujja kwanguwa okwenenya olw'ensobi ze tukoze era tugezeeko okutambulira mu kigambo kya Katonda.

Naye omuntu bwayonoonebwa ensi olw'okukola ebibi, ajja kubeera yaguba ne bwakola ebibi. Ajja kusalira abalala emisango n'okubakolokota, atambuze olugambo ku balala n'okwogera ku bunafu bwabwe, ng'alimba n'okuwaayiriza, Kyokka tajja na kutegeera nti byakola bibi.

Ajja kunyooma abalala, agezeeko okulaba nti bamuweereza, era bwabeera ekintu takifunamu, ajja kwerabira ekisa kye yali afunye. Naye wajja kuba tewali kulumirizibwa mu ye. Kubanga okuyaayaana okwenoonyeza ebibye kungi, era ajja kukola bingi okulaba nti kutuukirira.

Naye mu mazima, bwe tufuuka omwana ow'omwoyo, tujja kubeera beegendereza eri obbi n'obulungi. Bwe tulaba ekintu ekirungi, tujja kukwatibwako mangu era tukulukuse n'amaziga, era tujja kukyawa okweyunira obubi.

Wadde ng'abantu b'ensi bagamba nti si kibi, Katonda bwagamba nti kibi, tujja kukikyawa okuva ku ntobo y'omutima gwaffe nga tugezaako obutayonoona.

Era, omwana teyeemanyi, era talemera ku nsonga ye. Akkiriza bukkiriza ekyo abantu kye bamusomesa. Mu ngeri y'emu, omwana ow'omwoyo talemera ku kwemanya kwe oba okugezaako okwegulumiza. Abawandiisi b'amateeka n'Abafalisaayo mu biseera bya Yesu baasaliranga abalala emisango n'okubakolokota nga bagamba nti bamanyi amazima, naye omwana ow'omwoyo tasobola kukola kintu nga ekyo. Ajja kweyisa mu ngeri ey'obwetowaaze n'obukakkamu nga Mukama waffe.

Kale, omwana ow'omwoyo takalambira nti ye mutuufu bwawuliriza ekigambo kya Katonda. Wadde waliwo ekitakkiriziganya n'ebyo by'amanyi oba nga waliwo kyatategeera, tajja kukolokota oba okutegeera obubi, wabula ajja kusooka kukkiriza n'okugonda. Bwawulira ku mirimu gya Katonda, tajja kulaga malala gonna wabula ajja kuyaayaana okwerabira ku mirimu egyo naye yennyini.

Bwe tufuuka abaana ab'omwoyo, tujja kukkiriza era tugondere ekigambo kya Katonda nga bwe kiri. Bwe tuzuula ekibi kyonna okusinziira ku kigambo kya Katonda, tujja kugezaako okukyuka.

Naye olumu, batambulira mu bulamu obw'ekikristaayo okumala ebbanga ddene, kyokka ne bamanya bumanya ekigambo kya Katonda, era emitima gyabwe n'egifuuka egy'abantu abakulu. Bwe baasooka okufuna ekisa kya Katonda, beenenya era ne basiiba okweggyako ebibi bye baali bategedde, naye bwe wayitawo ebbanga, bafuuka abagubye.

Bwe bawuliriza ekigambo, batandika okulowooza, "Kino nkimanyi." Oba, bagondera ebyo byokka bye baganyulwamu oba ebintu bye bakkiriziganya n'abyo. Basala emisango n'okukolokota nga bakozesa ekigambo kye bamanyi.

N'olwekyo, okufuuka omwavu mu mwoyo, bulijjo tulina okuzuula obubi obuli mu ffe okuyita mu kigambo, tukyegyeko okuyita ku kunyiikira okusaba, olwo tufuuka abaana ab'omwoyo. Olwo lwokka lwe tujja okweyagalira mu mikisa Katonda gyatutegekedde.

Emikisa Okufuna Obwakabaka obw'Omu Ggulu Obutaggwaayo

Olwo, Emikisa gye nnyini abaavu mu mwoyo gye banaafuna gye giri wa? Matayo 5:3 wagamba, "Balina omukisa abaavu mu mwoyo, kubanga abo obwakabaka obw'omu ggulu bwe bwabwe," era n'agamba nti, bajja kufuna emikisa emituufu era egy'olubeerera, gamba nga obwakabaka obw'omu ggulu.

Obwakabaka obw'omu ggulu kye kifo abaana ba Katonda gye banaabeera. Kifo eky'omwoyo ekitasobola kugerageranyizibwa na nsi eno. Nga omuzadde bwalindirira omwana we okuzaalibwa era n'ategeka buli kintu kyonna gamba ng'eby'okuzanyisa, n'obusitula omwana, Katonda ali mukutegeka obwakabaka obw'omu ggulu eri abo abaavu mu mwoyo, okuggulawo emitima gyabwe, era bakkirize enjiri okufuuka abaana Be.

Nga Yesu bwe yagamba mu Yokaana 14:2 nti, "Mu nnyumba ya Kitange mulimu ebifo bingi eby'okubeeramu," Mu bwakabaka obw'omu ggulu eriyo ebifo bingi eby'okubeeramu. Okusinziira ku ngeri gye twagalamu Katonda n'okutambulira mu kigambo Kye okukuuma okukkiriza kwaffe, bwe bityo n'ebifo byaffe eby'okubeeramu mu ggulu bijja kubeera bya njawulo.

Omuntu bwa beera omwavu mu mwoyo naye n'asigala ku ssa ery'okukkiriza obukkiriza Yesu Kristo n'Okufuna obulokozi, Ajja kugenda mu lusuku lwa Katonda ng'eyo gyajja okubeera olubeerera. Naye omuntu bw'agenda akyuka mu bulamu bwe mu Kristo olw'Ekigambo kya Katonda, Olwo nno, anaaweebwa obwakabaka obw'omu ggulu obw'okubiri, oba Obw'okusatu. Era, oyo atuukirizza okutukuzibwa kw'omutima mu bujjuvu era ng'abadde mwesigwa mu byonna mu nnyumba ya Katonda ajja kufuna ekifo ekisingirayo ddala obulungi, Yerusaalemi Empya, okweyagalira mu mikisa egitagwaawo.

Nkwegayiridde soma ekitabo Eggulu I ne Eggulu II otegeere ebifo eby'okubeeramu n'obulamu obw'essanyu mu bwakabaka obw'omu Ggulu. Wano, Kanjogereko katono gyoli ku bulamu obw'omu Yerusaalemi Empya.

Mu Kibuga kya Yerusaalemi Empya, eyo ekitiibwa kya Katonda gye kyakira, amaloboozi g'okutendereza kw'aba malayika gye kuwulirwa empolampola. Enguudo eza zaabu zizimbiddwa wakati mu bizimbe ebizimbiddwa zaabu n'amayinja ag'Omuwendo ebyakaayakana. Ensozi ezaakula obulungi ennyo, obuddo obusale obulungi ennyo, emiti, n'ebimuli ebirungi ennyo ebitegekeddwa obulungi ennyo.

Omugga ogw'amazzi ag'obulamu, amatukuvu bwe tukutuku, gukulukuta mpolampola. Omusenyu ogwa zaabu gwe guli ku mabbali g'omugga. Ku butebe obwa zaabu kuteereddwako ekibbo ky'ebibala ebiva ku muti ogw'obulamu. Okulengerera ewala omuntu ennyanja ayinza okugiyita endabirwamu. Ku nnyanja, kuliko emmeeri ey'omulembe ennyo ekoleddwa mu mayinja ag'omuwendo aga buli kika.

Abantu abayingira mu kifo kino baweerezebwa bamalayika ab'enjawulo, era ne beeyagalira mu buyinza bwa kabaka. Basobola okubuuka mu bbanga ku mmtoka ez'ebire ebimasamasa. Bulijjo balaba Mukama nga abali kumpi era ne beeyagalira mu mbaga wamu ne bannabbi abamanyiddwa ennyo.

Era, mu Yerusaalemu Empya waliyo ebintu eby'omuwendo ebitabalika bye tutalabangako ku nsi kuno. Buli kasonda w'otunula osanyusibwa.

N'olwekyo, tetulina kusigala ku ddala lya kufuna bufunyi bulokozi, naye tulina okubeera n'omutima omwavu era tukyusize ddala obulamu bwaffe n'ekigambo, tusobole okuyingira mu kibuga Yerusaalemi Ekiggya, ekifo ekisingayo obulungi eky'okubeeramu mu ggulu.

Katonda Okutuba Okumpi gwe Mukisa Gwaffe

Bwe tufuuka abaavu mu mwoyo, tetujja kusisinkana Katonda era tufune obulokozi kyokka, wabula tujja kufuna n'obuyinza ng'abaana ba Katonda n'emikisa emirala gyonna. Kankwanjulire obujulizi bw'omukadde w'ekkanisa omu. Yali yabonaabona n'ekirwadde 'ekiva ku mpewo eyonooneddwa,' kyokka n'afuna emikisa egy'okubeera omwavu mu mwoyo.

Emyaka nga kkumi egiyise, yalina okuwummulamu ku mulimu gwe olw'obulwadde bwe yalina. Emirundi mingi yawuliranga nga ayagala okwetta olw'okuba yawulira nga tasobola kweyamba mu ngeri yonna. Engeri gye yali talaba ssuubi lyonna mu maaso eyo era ng'alaba talina kyayinza kwekolera ku lulwe, yalina omutima omwavu.

Mu mbeera eyo yagenda mu ttundiro ly'ebitabo, era ne wabaawo akatabo ke yakubako amaaso. Kaali Okuloza ku Bulamu Obutaggwaawo nga Tonnafa. Katabo akoogera ku bujjulizi bwange n'ebyo bye mpiseemu. Nali omuntu attakkiririza mu Katonda, era nga ndi ku mugo gwa ntaana olw'obulwadde obwanumira emyaka musanvu obwalemwa okujanjabibwa ne ddagala lyonna. Naye Katonda yajja gyendi n'ansisinkana.

Omusajja ono yalaba ng'obulamu bwe bufaananira ddala obwange, era n'agula akatabo ako ng'awulira nga waliwo ekimusindiikiriza okukagula. Yakasoma kiro n'akaaba nnyo. Yafuna obukakafu nti naye ajja kuwona bwatyo najja mu kanisa yaffe.

Okuva olwo n'awonyezebwa ekirwadde ekyali tekitegerekeka olw'amaanyi ga Katonda, era n'asobola okuddayo ku mulimu. Asiimiddwa nnyo abantu bakola n'abo ne bakama be. Afunye omukisa ogw'okukuzibwa ku mulimu. Era, yabulira ab'enganda ze enjiri abasoba mu 70. Nga empeera ye ey'omu ggulu eneeba nnene!

Zabuli 73:28 wagamba, "Naye kirungi nze nsemberere Katonda. MUKAMA Katonda mmufudde ekiddukiro kyange, Ndyoke njogerenga ku bikolwa byo Byonna."

Bwe tuba tututte omukisa ogusooka mu mikisa ejjasuubizibwa olw'okubeera okumpi ne Katonda, Tulina okweyongera okufuuka abaana ab'omwoyo, era tubuulire enjiri eri abo abaavu mu mutima. Nsuubira nti ojja kufuna mu bujjuvu emikisa oyo Katonda kwagala era ow'emiskisa gyatutegekedde.

Essuula 2
Omukisa Ogw'okubiri

—— ∽∾ ——

Balina Omukisa Abali mu Nnaku, Kubanga abo Balisanyusibwa

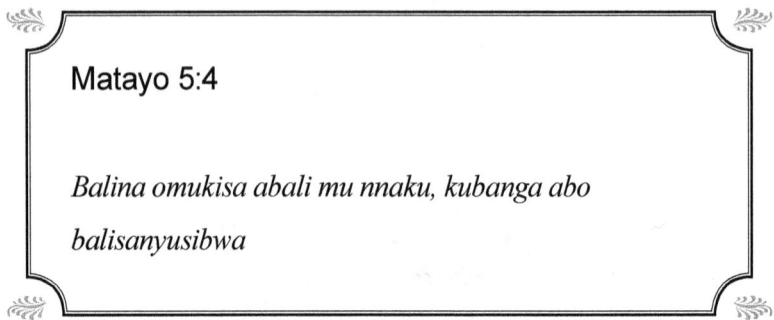

Matayo 5:4

Balina omukisa abali mu nnaku, kubanga abo balisanyusibwa

Waaliwo ab'emikwano babiri abaali beeyagala ennyo. Beefangako nnyo era nga buli omu kubo yali asobola okuwaayo obulamu bwe ku lwa munne. Naye olunaku lumu, omu ku bo n'afa mu lutalo. Eyali asigaddewo n'akaaba okusiiba n'okuzibya obudde, ng'awuubadde nnyo olwa munne eyali amuvuddeko.

"Nkunakuwalidde, muganda wange Yonasaani; Wansanyusa nnyo nnyini. Okwagala kwo gye ndi kwali kwa kitalo, nga kusinga okwagala kw'abakazi."

Omusajja ono n'addira mutabani wa mukwano gwe n'amulabirira ng'owuwe. Lwe lugero lwa Dawudi ne Jonasaani, olunyonyolwa mu 2 Samwiri essuula 1.

Bwe tuba nga tuli mu nsi eno, tusisinkana ebintu bingi ebitunakuwaza ng'okufa kw'abo betwagala, obulumi obuva ku ndwadde, ebizibu mu bulamu, ebbula ly'ensimbi, n'ebirala bingi. Era mba sirimba bwe ng'amba nti obulamu lwe lujegere lwe nnaku.

Okunakuwala Okw'omubiri, Si Kwagala kwa Katonda

Mu byafaayo by'omuntu, tulabamu entalo, obutujju, enjala, n'ebibonobono ebirala bingi ebibeera ku mutendera gwe ggwanga lyonna. So nga waliwo n'ebintu eby'ennaku n'ebizibu omuntu ssekinnomu byayitamu.

Abamu babeera mu nnaku olw'okubulwa ensimbi, abalala bali mu bulumi obuva ku ndwadde. Abamu bamenyese emitima kubanga enteekateeka zaabwe zigudde butaka era abalala ne bakaaba nnyo olw'okuba bebayagala babaliddemu olukwe.

Okunakuwala okw'ekika kino okuleetebwa ebyo eby'ennaku ebigguddewo kubeera kunakuwala kwa mubiri. Kuva ku bubi obuli mu muntu. Era tekubeerangako kwagala kwa Katonda. Okunakuwala okw'omubiri kuno tekusobola kubudaabudibwa Katonda.

Wabula, Bayibuli etugamba nti kwagala kwa Katonda ffe okubeeranga abasanyufu ennaku zonna (1 Abassaseloniika 5:16). Era, Katonda atugamba mu ba Bafiripi 4:4, "Musanyukirenga mu Mukama ennaku zonna; nate njogera nti, musanyukenga!" Ennyiriri nnyingi mu Bayibuli ezitulagira okusanyuka.

Abamu bayinza okulowooza mu kwewuunya, "Nnyinza okusanyuka nga waliwo ekinsanyusa, naye nga ndi mu kubonaabona n'emitawaana mingi, obulumi, n'ebizibu, nnyinza ntya okusanyuka?"

Naye tusobola okusanyuka n'okwebaza kubanga twafuuka dda abaana ba Katonda abalokole era ne tufuna ebisuubizo eby'obwakabaka obw'omu ggulu. Era, nga abaana ba Katonda, bwe tusaba, Ajja kutuwulira era agonjoole ebizibu byaffe. Era olw'okuba tukkiririza mu mazima gano, ddala tuyinza okusanyuka era ne twebaza.

Ye mboozi ya Rev. Dr. Myong-ho Cheong, ng'ono mu minsane eyajja mu Afirika okuva mu kanisa yaffe, okubuulira enjiri mu nkung'ana nnyingi mu nsi ataano mu nnya eza Afirika. Mu myaka nga kkumi egiyise, yalekulira omulimu gwe nga omusomesa mu ttendekero okujja mu Afirika ng'omu minsane.

Tewaayita bbanga ddene, mutabani we yekka gwe yalina n'afa.

Ba memba b'ekkanisa bangi ne bamubudaabuda, wabula yeebazanga bwebaaza Katonda era nga yazza mu b'ekkanisa amaanyi. Yeebaza kubanga Katonda yali atutte mutabani we eri obwakabaka obw'omu ggulu eyo etali maziga, nnaku, bulumi, oba endwadde, era olw'okuba yalina essuubi ery'okuddamu okulaba mutabani we nate mu ggulu, yasobola okusanyuka.

Mu ngeri y'emu, bwe tubeera n'okukkiriza, tetujja kunakuwala mu mubiri nga tetusobola kuwangula nnaku yaffe olw'ebyo eby'ennaku ebibaddewo. Tujja kuba tusobola okusanyukira mu mbeera zonna.

Ne bwe wabaawo embeera gye tusisinkana, bwe twebaza era ne tusaba n'okukkiriza, Katonda akola ng'alaba okukkiriza kwaffe. Ajja kukola ku lw'obulungi lwa buli kimu, era n'olwekyo, eri abaana ba Katonda abatuufu, embeera enakuwaza eriwo essaawa eyo si kikulu.

Katonda Ayagala Okunakuwala Okw'Omwoyo

Katonda kyayagala si kunakuwala okw'omubiri wabula okunakuwala okw'omwoyo. Matayo 5:4 wagamba, "Balina omukisa abali mu nnaku," era wano 'okunakuwala' ategeeza kwa mwoyo ku lw'obwakabaka n'obutuukirivu bwa Katonda. Olwo, okunakuwala okw'omwoyo kwe kuli wa?

Okusooka, waliwo okunakuwala okw'okwenenya.

Bwe tukkiririza mu Yesu Kristo era ne tumukkiriza ng'omulokozi waffe, tukizuula mu mutima, nga tuyambibwako

Omwoyo Omutukuvu, nti yafa ku musaalaba olw'ebibi byaffe. Bwe tuwulira okwagala kwa Yesu kuno, tujja kubeera n'okunakuwala okw'okwenenya, okwekenenya ebibi byaffe n'amaziga saako okufeesa.

Okwenenya kwe kukyuka okuva mu kutambulira mu bibi nga bwe twali nga tetunnategeera Katonda n'okutambulira mu kigambo kya Katonda. Bwe tubeera n'okunakuwala okw'okwenenya, obuzito bw'ebibi byaffe bujja kugibwawo, era tusobola okuloza ku ssanyu eryo nga likulukuta okuva mu mitima gyaffe.

Emyaka kati gissuka mu 30 egiyise, naye nkya jjukira bulungi olukung'ana olw'okudda obuggya lwe n'agendamu ng'amaze okusisinkana Katonda. Awo wennyini, nalina okunakuwala okw'okwenenya n'amaziga n'okufeesa, nga mpulira ekigambo kya Katonda.

Bwe nnali nga si nasisikana Katonda, neewaananga nti ntambulira mu bulamu obutuukiridde era obulamu obulungi. Naye bwe nnawuliriza ekigambo kya Katonda, ne neetunulamu gye nvudde mu bulamu, n'akizuula nti n'alinamu agatali mazima mangi. Bwe n'ayuzaayuza omutima gwange mu kwenenya, omubiri gwange gwawewuka ne gudda buggya nga gyoli gwali gubuuka mu bbanga. Era n'enfuna n'obukakafu nti nali nja kutambulira mu kigambo kya Katonda. Okuva olwo n'ava ku kunywa sigala n'okunywa omwenge era ne ntandika okusoma Bayibuli ne ntandika n'okugenda mu kusaba okw'oku makya ennyo.

Ne bwe tuba nga tufunye ekisa kino eky'okunakuwala okw'okwenenya, tuyinza okuba n'ebintu ebirala eby'okunakuwalira mu bulamu bwaffe obw'ekikristaayo. Bwe tufuuka abaana ba Katonda, tulina okwegyako ebibi era tutambulire mu butuukirivu okusinziira ku kigambo kya Katonda. Naye okutuuka nga tutuuse ku kigera ky'okukkiriza eky'obukulu, tetunatuukirira era olumu tuyinza okwonoona.

Mu mbeera eno, bwe tuba nga twagala Katonda, tujja kuwulira bubi nnyo mu maaso ga Katonda era twenenyeze ddala nga tusaba nti, "Katonda wange, nnyamba ekintu kino kireme okuddamu. Mpa amaanyi okutambulira mu kigambo Kyo." Bwe tuba n'okunakuwala okw'ekika kino, amaanyi okwegobako ebibi gajja kukka okuva waggulu. Kale, nga mukisa munene okunakuwala!

Abakkiriza abamu bakola ekibi kye kimu era ne beenenya olw'ekibi ekyo kye kimu emirundi n'emirundi. Kibaawo nga okukyuka kugenda mpola oba nga tewali kukyukira ddala. Kiba bwe kityo lwakuba tebeenenyeza ddala okuva ku ntobo y'emitima gyabwe, wadde nga bayinza okugamba nti bali mu kunakuwala okw'okwenenya.
Katugambe waliwo omuvubuka atambula n'abaana abalina empisa embi era n'akola ebintu ebibi bingi. N'asaba bazadde be bamusonyiwe, kyokka n'asigala ng'akola ekintu kye kimu. Olwo, tekuba kwetonda kwa nnama ddala. Alina okukyuka, N'ava ku mikwano egyo emibi era n'atandika okusoma ennyo. Olwo nno lwe kusobola okutwalibwa ng'okwetonda okutuufu.
Mu ngeri y'emu, tetulina kusigala nga tukola ebibi bye bimu, nga twenenya na bigambo byokka, naye tubale ekibala eky'okwenenya nga tulaga ebikolwa ebituufu (Lukka 3:8).

Era, okukkiriza kwaffe bwe kugenda kukula era ne tufuuka abakulembeze mu kanisa, tuba tetukyetaaga kuba na kunakuwala olw'okwenenya. Kino tekitegeeza nti tetulina kunakuwala ne bwe tuba twonoonye. Kitegeeza nti tulina okweggyako ebibi tuleme okuba n'eky'okukungubagira.

Bwe tutatuukiriza buvunaanyizibwa bwaffe, tulina okunakuwala mu kwenenya. 1 Abakkolinso 4:2 wagamba, "Era wano kigwanira abawanika, imuntu okulabikanga nga mwesigwa." Kale, tulina okubeera abeesigwa era tubale ebibala ebirungi mu buvunaanyizibwa bwaffe. Bwe tukola ekyo, tubeera tetwetaaga kubeera na kunakuwala olw'okwenenya.

Ekintu ekikulu wano kwe kuba nti bwe tuteenenya ne tukyuka nga tetutuukirizza buvunaanyizibwa bwaffe, kisobola okufuuka ekisenge kye bibi wakati waffe ne Katonda, era ekivaamu ne tuba nga tetukyakuumibwa Katonda. Kiba nga omwana omukulu akyeyisa ng'omwana omuto nga buli saawa wakugambibwa eky'okukola n'obutakola.

Naye bwe twenenya era ne tunakuwala okuva ku ntobo y'emitima gyaffe, Essanyu n'eddembe ebiva eri Katonda bijja kujja gye tuli. Katonda era ajja kutuwa obuvumu nti tusobola okukikola. Atuwa amaanyi okutuukiriza obuvunaanyizibwa bwaffe. Buno bwe bukakafu Katonda bw'awa abo abanaku.

Ekiddako, waliwo okunakuwala ku lwa Ab'oluganda mu kukkiriza.

Ebiseera ebimu, ab'oluganda mu kukkiriza b'onoona era ne bakwata ekkubo ery'okuzikirira. Mu mbeera ng'eno, bwe tubeera n'ekisa, tujja kulumwa n'okufaayo eri ab'oluganda abo. Kale, tujja kunakuwala nga gyoli kiri ku ffe. Tujja na kwenenya ku lwabwe era tusabe n'okwagala basobola okutambulira mu mazima.

Bwe tuba n'okunakuwala okw'ekika kino okw'okusaba mu maziga n'okwenenya ku lwabwe tuba n'okwagala okw'amazima eri emyoyo egyo. Katonda asanyukira okusaba okw'ekika ekyo okulimu okunakuwala era atuwa okubudaabuda Kwe.

So ng'ate okwawukana kw'ekyo, eriyo abantu abasala emisango n'okukolokota, era ne bakalubiriza abalala mu kifo ky'okunakuwala n'okubasabira. Era, n'abantu abamu batambuza obunafu bw'abantu abalala, era kino si kirungi mu maaso ga Katonda. Tulina okuzibiikiriza ensobi z'abalala n'okwagala, era ne tubasabira baleme okwonoona.

Okuttibwa kwa Suteefano olwa Kristo kwawandiikibwa mu Bikolwa by'abatume essuula 7. Abayudaaya baawulira bubi olw'obubaka Suteefano bwe yabuuliranga. Bwe yagamba nti amaaso ge ag'Omwoyo gagguddwawo nti era yali alaba Yesu ng'ayimiridde ku mukono ogwa ddyo ogwa Katonda, ne bamukuba amayinja n'afa.

Era ne bwe baali bamukuba amayinja, Stefano yasabira abantu abo abaali bamukuba n'okwagala.

Ne bakuba amayinja Suteefano bwe yasaba n'agamba nti, 'Mukama wange Yesu, toola omwoyo gwange!' N'afukamira n'akaaba n'eddoboozi ddene nti 'Mukama wange, tobabalira kibi kino'! Bwe yamala okwogera ebyo ne yeebaka (Ebikolwa 7:59-60).

Ye ebikolwa bya Yesu byo byali bitya? Yaddulirwa n'okuyigganyizibwa bwe yali akomererwa, kyokka Yasabira abo abaali bamukomerera, ng'agamba, "Kitange basonyiwe; kubanga tebamamyi kye bakola" (Lukka 23:34).

Bwe yali ayita mu bulumi bw'omusalaba era nga wadde teyalina musango gwonna, Yasigala asabira abaali bamukomeredde okusonyiyibwa ebibi. Okuyita mu kino, tusobola okutegeera obuwanvu, obugazi n'obungi bw'okwagala kwa Yesu bwe kwali eri emyoyo. Kino kye kika ky'omutima ekituufu mu maaso ga Katonda. Gwe mutima ogusobola okutufunyisa emikisa.

Waliwo n'okunakuwala okusobola okulokola emyoyo.

Abaana ba Katonda bwe balaba abo ab'onoonebwa ebibi by'ensi eno era nga bakutte ekkubo ly'okuzikirira, balina okuba n'okwagala okusaasira nga bayaayaana abantu abo basaasirwe. Leero, ekibi n'obubi bingi nnyo nga bwe gwali ne mu biseera bya Nuuwa. Omulembe ogwo gwabonerezebwa n'amataba. Sodoma ne Gomora baabonerezebwa muliro.

N'olwekyo, tulina okunakuwala olw'abazadde baffe, baganda baffe, bannyina ffe, ab'enganda, n'ab'omuliraano abatannalokoka. Era, tulina okunakuwala olw'eggwanga lyaffe n'abantu, ekkanisa, n'olw'ebintu ebitawaanya obwakabaka bwa Katonda. Kino kitegeeza nti tulina okunakuwala olw'okulokola emyoyo.

Omutume Pawulo bulijjo yeerariikiriranga nnyo era ng'anakuwala olw'obwakabaka n'olw'obutuukirivu bwa Katonda n'emyoyo. Yayigganyizibwa era n'ayita mu bizibu bingi ng'abuulira enjiri. Yasibibwa ne mu kkomera. Naye teyanakuwala olw'ekyo kye yali ayitamu, naye yatenderezanga n'okusaba Katonda (Ebikolwa 16:25). Naye ku lw'obwakabaka bwa Katonda ne myoyo, yanakuwalanga nnyo.

Obutassaako bya bweru, waliwo ekinzitoowerera bulijjo bulijjo, okwerariikiriranga olw'ekkanisa zonna. Ani omunafu? Nange bwe ssiba munafu? Ani eyeesittazibwa, nange bwe ssaaka? (2 Abakkolinso 11:28-29)

Kale mutunule, mujjukirenga saalekanga kulabula n'amaziga buli muntu mu myaka esatu emisana n'ekiro (Ebikolwa 20:31).

Abakkiriza bwe batayimirira kunywerera ku kigambo kya Katonda oba ekkanisa bw'etalaga kitiibwa kya Katonda, abantu nga Pawulo bajja kunakuwala era beerariikirire olwa ekyo.

Era, bwe bayigganyizibwa ku lw'erinnya lya Mukama, tebanakuwala olw'okuba embeera nzibu gye bali. Wabula banakuwala olw'emyoyo gy'abantu abalala. Era, bwe balaba ensi ng'eyongedde okuddugala, banakuwala ne basaba nti ekitiibwa kya Katonda kyolesebwe mu maanyi era emyoyo emirala girokolebwe.

Obwetaavu Bw'okwagala Okw'omwoyo Okusobola okunakuwala mu Mwoyo

Olwo, tulina kukola ki okusobola okunakuwala mu mwoyo, kubanga Katonda kyayagala? Okufuna okunakuwala okw'omwoyo, okusinga byonna, tulina okubeera n'okwagala okw'omwoyo mu ffe.

Nga bwe kyogera mu Yokaana 6:63, "Omwoyo gwe guleeta

obulamu; omubiri teguliiko kye gugasa," Ekika ky'okwagala kyokka Katonda kyasiima kiwa obulamu era kisobola okutwala abantu eri obulokozi. Wadde omuntu alabikanga alina okwagala okungi, okwagala kwe bwe kutabaamu mazima, kubeera okwagala okw'omubiri.

Okwagala kusobola okwawulwamu okwo okw'omubiri n'okw'omwoyo. Okwagala okw'omubiri kwe kwagala okwenoonyeza ebyakwo. Kwagala okutaliimu makulu okukyukakyuka era kuggwaawo. Ku ludda olulala, okwagala okw'omwoyo tekukyukakyuka. Kuno kwe kwagala okuli mu kigambo kya Katonda nga ge mazima. Kwe kwagala okutuufu okunoonya eby'abalala kyokka ng'eno omuntu bwali mu kwewaayo ku lw'abalala.

Okwagala okw'omwoyo tekusobola kufunibwa n'amaanyi g'abantu. Okujjako nga tumaze okutegeera okwagala kwa Katonda era ne tutambulira mu mazima lwe tusobola okugaba okwagala okw'ekika ekyo. Bwe tuba n'okwagala okw'omwoyo nga kwe kwagala okuyinza okwagala abalabe baffe n'okuwaayo obulamu bwaffe ku lw'abalala, olwo nno Katonda ajja kutuwa emikisa mu bungi. N'okwagala kuno, tusobola okuwa obulamu yonna gye tulaga, era abantu bangi bajja kukyuka okudda eri Mukama.

N'olwekyo, bwe tubeera n'okwagala okw'omwoyo mu mutima gwaffe, tusobola okunakuwala ku lw'emyoyo egiri mu kufa era ne tugisabira. N'okwagala kuno, n'abantu ab'emitima emigumu bajja kukyuka, era kusobola okuwa obulamu n'okukkiriza.

Bajjajja b'okukkiriza abo abayagalibwa ennyo Katonda baalina okwagala kuno okw'omwoyo, era baasabiranga emyoyo egyali gigenda mu kuzikirira. Baasabanga mu maziga n'okunakuwala ku lw'obwakabaka n'obutuukirivu bwa Katonda. Tebaakaabanga bukaabi, naye baalabiriranga n'emyoyo emirala ekiro n'emisana, nga beesigwa eri obuvunaanyizibwa obwabaweebwa.

Ddala kya mwoyo okunakuwala n'okugobereza ebikolwa eby'okubuulira ekigambo, okusaba, n'okulabirira emyoyo emirala n'okwagala gye bali. Bwe tubeera n'okwagala okw'omwoyo, tujja kubeera n'okunakuwala okw'omwoyo olw'obwakabaka bwa Katonda n'obutuukirivu Bwe.

Ate ne kigamba mu Matayo 6:33, "Naye musooke munoonye obwakabaka Bwe n'obutuukirivu Bwe, era ebyo byonna mulibyongerwako," Omwoyo ne mmeeme bwe binaakyuka, obwakabaka bwa Katonda bujja kutuukirizibwa, ne byonna ebyetaagisa bijja kubaweebwa Katonda mu bungi.

Emikisa Egiweebwa Abo Abanakuwavu

Nga bwe kyogera mu Matayo 5:4, "Balina omukisa abali mu nnaku, kubanga abo balisanyusibwa," Bwe tunakuwala mu mwoyo, tujja kusanyusibwa Katonda.

Okusanyusa Katonda kwatuwa kwa njawulo ku kusanyusibwa abantu kwe bagaba. 1 Yokaana 3:18 wagamba, "Abaana abato, tuleme okwagalanga mu kigambo ne mu lulimi, wabula mu kikolwa ne mu mazima." Nga Katonda bwayogedde, Tatusanyusa na bigambo byokka wabula n'ebintu ebikwatikako.

Eri abo abanaku, Katonda abawa omukisa gw'ensimbi. Eri abo abalwadde, Katonda abawonya. Eri abo abalina kye bayaayaanira mu mutima gwabwe, Katonda abaddamu. Era, eri abo abanakuwavu kubanga tebalina maanyi gamala okutuukiriza obuvunanyibwa bwabwe, Katonda abawa amaanyi. Eri abo abanakuwalira emyoyo, Katonda abawa ekibala ky'okubuulira enjiri n'okuza obuggya. Era, eri abo abayuzayuza emitima gyabwe ne banakuwala okusobola okweggyako ebibi, Katonda abawa ekisa ky'okusonyiyibwa ebibi. Era, gye bakoma okweggyako ebibi gye bakoma okutukuzibwa, Katonda abawa emikisa ne balaga emirimu egy'amaanyi ga Katonda nga bwe kyali ku mutume Pawulo.

Emyaka mingiko egiyiseewo, n'ayita mu bizibu eby'amaanyi era n'okubeerawo kwe kanisa eno ne kubeera mu katyabaga. Nalina okunakuwala ennyo olw'abantu abaaleeta okusoomoozebwa eri ekkanisa, n'eri ba memba abaali bakyayigganyizibwa kyokka nga tebalina musango. Olwa ba memba abaalina okukkiriza okunafu ne bava mu kanisa, nga sirya wadde okwebaka.

Olw'okuba nali nkimanyi nti kibi kinene okutabangula ekkanisa ya Katonda, n'akaaba nnyo nga ndowooza ku myoyo egy'aleeta emitawaana mu kanisa. Naddala, bwe n'alaba emyoyo egyawuliranga eng'ambo ezitalina mutwe n'amagulu n'egiva mu kanisa n'okuwakanya Katonda, Nnalina okunakuwala ennyo nga mpulira nti buvunaanyizibwa bwange olw'okuba saabalabirira bulungi.

Nakogga nnyo, era kyali kizibu nze n'okutambula. Nnali nina okubuulira emirundi esatu mu wiiki. Nga olumu omubiri gwange gubeera gukankana, naye olw'okulowooza ku ba memba b'ekkanisa, nalina okukola kye nalina okukola. Katonda n'alaba omutima gwange guno buli lwe nnasabanga, n'ansanyusa ng'angamba, "Nkwagala nnyo. Guno gutwale nti mukisa."

Omukisa Ogw'okufuna Okusanyusibwa Katonda

Ekiseera bwe kyatuuka, Katonda n'agenda nga agonjoola ebyali bitujjwetekeddwako byonna kimu ku kimu, era ne gubeera omukisa eri ba memba b'ekanisa okukula mu kukkiriza. Katonda n'atandika okukola emirimu gy'amaanyi Ge egy'ewuunyisa nga tosobola kubigeraageranya n'ekyo ekyali kibaddewo. Yatulaga obubonero obuwerera ddala n'ebintu ebitasangikasangika.

Yawonya ekanisa yaffe okuggwa era n'atuwa emikisa gye kanisa okudda obuggya. Era n'agaziya na nnyo ekkubo ery'obuminsane. Ezo mu kuluseedi ze twateekangayo ebunaayira, Yasindika ebikumi by'abantu, olwaddako enkumi n'enkumi n'obukadde n'obukadde bw'abantu ne bakung'ana okuwulira enjiri era ne bafuna obulokozi. Nga yali mpeera era ssanyu lingi nnyo!

Mu '2002 mu lukung'ana olwategekebwa mu Buyindi' lwateekebwa ku lubalamu lw'ennyanja oluddirira obunene mu nsi yonna, Marina Beach, ekisangibwa mu Buyindi. Lwakung'anya abantu abali eyo mu bukadde 3. Bangi baawonyezebwa n'aba Hindu bangi ne bakyuka.

Okusanyusibwa okuva eri Katonda ng'emikisa

tekugeraageranyizika. Atuwa ebyo bye tusinga okwetaaga, nga bissuka ne ku bye twetaaga. Era Atuwa n'empeera mu bwakabaka obw'omu ggulu, era nga ddala gwe mukisa omutuufu.

Okubikkulirwa 21:4 wagamba, "Alisangula buli zziga mu maaso gaabwe, era okufa tekulibaawo nate, so tewaabengawo nate nnaku newakubadde okukaaba newakubadde okulumwa, eby'olubereberye biweddewo." Nga bwe kyayogerwa, Katonda atusasula n'ekitiibwa saako empeera mu ggulu nga yo teri maziga, nnaku, wadde okukaaba.

Ennyumba ez'omu ggulu ez'abo ababeera banakuwala n'okusabira obwakabaka bwa Katonda ne kanisa Ye zijja kubaamu ebintu ebya zzaabu, amayinja ag'Omuwendo mangi n'empeera endala. Ate naddala, zijja kuwundibwa ne luulu ennene era ezimasamasa. Okutuuka nga buli luulu ekoleddwa, ekisonko omuva luulu kigumira obulungi bungi okumala ekiseera ekinene era n'ezaala ebirungo ebikola luulu.

Mu ngeri y'emu, bwe tubeera tuteekebwateekebwa wano ku nsi, tukaaba bwe tuba tukyuka, era ne tusaba n'okunakuwala ku lw'obwakabaka bwa Katonda n'emyoyo emirala, Katonda ajja kutusanyusa ne luulu ng'akabonero akalaga ebintu ebyo byonna.

N'olwekyo katuleme okunakuwalira mu mubiri, naye mu ngeri ey'omwoyo era ku lw'obwakabaka bwa Katonda ne ku lw'emyoyo emirala. Mu kukola kino, tujja kusanyusibwa Katonda era tufune empeera ez'omuwendo ne mu bwakabaka obw'omu ggulu.

Essuula 3
Omukisa Ogw'okusatu

Balina Omukisa Abateefu, Kubanga Abo Balisikira Ensi

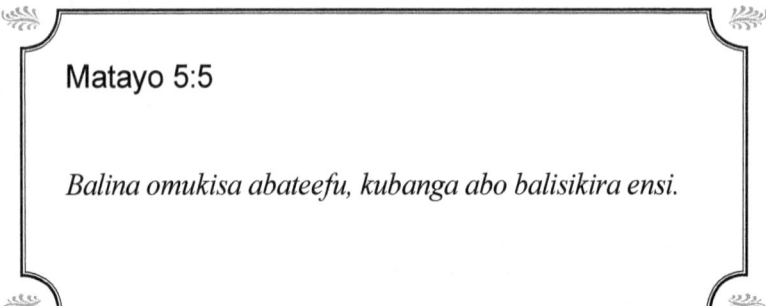

Matayo 5:5

Balina omukisa abateefu, kubanga abo balisikira ensi.

Lincoln bwe yali akyali munnamateeka atamanyiddwa bulungi ku myaka gye egy'ekito, waaliwo munnamateeka eyayitibwanga Edwin M. Stanton eyali yakyawa ennyo Lincoln. Lumu, Stanton baamugamba nti agenda kuwoza omusango ne Lincoln, n'akuba olugi n'afuluma.

"Nnyinza ntya okukola ne munnamateeka ajjudde ekyalo?"

Ekiseera bwe kyayitawo, pulezidenti Lincoln eyali alondeddwa abantu bwe yali alonda akakiiko kaanaakola n'ako, yalonda Stanton nga ssabawandiisi wa Amerika ow'entalo ow'omulundi ogw'abiri mw'omusanvu abawi b'amagezi ne beewuunya era kwe kumusaba akirowoozeeko nga tannakisalawo. Kyali bwe kityo lwakuba Stanton lumu yali avumiriddeko Lincoln mu lwatu ng'agamba nti "gwali mutawaana gw'amaanyi eri eggwanga" Lincoln okulondebwa nga pulezidenti.

"Eky'okunyooma oba anyooma si kye kikulu! Ekikulu kiri nti akola bulungi omulimu gwe era alina obusobozi okuwangula embeera enzibu. Kale alina ebisaanyizo byonna okufuuka ssabawandiisi w'entalo."

Lincoln yalina omutima omunene era omuteefu. Yasobola okutegeera n'okuwambaatira n'omuntu eyali amuvumirira. Era ekyavaamu, ne Stanton n'atandika okumuwa ekitiibwa era bwe yafa, yayogera ku Lincoln nti, "Lincoln ye yali omukulembeze w'abantu mu nsi yonna atuukiridde ku be yali alabye."

Mu ngeri y'emu, mu kifo ky'okukyawa n'okwewala omuntu atatwagala, okusobola okumukyusa n'okugyayo ebyo byakola obulungi tulina okumulaga omutima omulungi era omukakkamu.

Obuteefu Obw'omwoyo Obukkirizibwa Katonda

Okutwaliza awamu, abantu omuntu omusirise, ow'ensonyi, atalina bigambo bingi n'okwogera empolampola gwe bayita omuteefu. Naye Katonda agamba abateefu n'eneeyisa yaabwe eba nteefu.

Wano 'eneeyisa' kitegeeza omutima ogukola 'ebintu ebituufu, ebirambulukufu era n'omutima omwesimbu'. Okuba ne neeyisa entuufu eri Katonda kwe kweyisa mu bulambulukufu nga omuntu agumiikiriza abantu abalala, era nga yeewa ekitiibwa, era ng'ayambaziddwa bulungi mu ngeri zonna.

Obuteefu mu ndabika ne mu neeyisa biringa ebifaanagana, naye ate bya njawulo. Obuteefu mu neeyisa bwa munda kyokka obw'omu ndabika kiba nga kyambalo eky'okungulu. Omuntu ne bwabeera w'amaanyi, bw'atayambala bulungi, tajja kulabika ng'omuntu atambula n'omulembe n'okugyayo ekitiibwa kye. Mu ngeri y'emu, obuteefu bwaffe bwe bulina okulabisibwa mu bikolwa ne mu mutima. Era ne bwe tubeera ng'abalina omutima omuteefu, bwe tutaba na buteefu munda, kiba tekirina makulu. Kiba ekisosonkole omutali kintu munda.

Obuteefu obw'omwoyo obukkirizibwa Katonda si kwe kubeera omusirise; n'omutima gulina okubeera omuteefu. Olwo nno, tujja kusobola okubeera n'emitima emigazi egiwambaatira abantu bangi nga bw'olaba omuti omunene abantu bangi bwe bawummulira mu kisikirize kyagwo.

Olw'okuba Yesu yali muteefu, Teyayomba wadde okuleekana, era eddoboozi lye teryawulikika mu nguudo. Abantu ab'emitima emirungi n'emibi bonna yabayisanga n'omutima gwe gumu, era abantu bangi baamugobereranga.

Empisa Ey'okuwambaatira Abantu Abangi

Mu byafaayo bye Korea, waaliyo kabaka eyalina embala ey'obuteefu. Ye yali Sejong Ow'amaanyi. Teyalina mbala ya buteefu yokka wabula ng'alina n'empisa. Yayagalwa nnyo ba minisita be saako abantu. Mu kiseera kye, waaliyo abayivu ab'amaanyi gamba nga Hwang Hee ne Maeng Sa Sung. Okusingira ddala, yatuuka ku ky'okuba nti yatondawo 'Hangul,' waliifu y'olulimi olu Korea.

Yakyusa engeri eby'obulamu gye byali bitambulamu mu ggwanga n'eby'ebyuma. Yalonda abantu ab'ebika bingi mu bifo eby'enjawulo omuli ne mu by'ennyimba ne sayansi, era n'atuukiriza n'eby'amaanyi mu by'obuwangwa. Ndowooza olaba omuntu bw'abeera n'obuteefu saako okuba n'empisa, nti abantu bangi bawummulira mu ye, era n'ekibala nakyo kirungi.

Abo abateefu basobola okuwambaatira abalala abalina ebirowoozo eby'enjawulo n'okusoma nga kwanjawulo. Tebasala misango wadde okukolokota n'obubi mu nsonga yonna. Bategeera abalala nga beetadde mu bigere byabwe mu mbeera yonna. Emitima gyabwe basobola okugiyita emigonvu era nga giwuliza bulungi abalala mu bukakkamu.

Bwe tukasuka ejjinja ku kyuma ekigumu, kijja kuleekaana

nnyo. Bwe tukasuka ejjinja ku ndabirwamu, ejja kwatika. Kyokka bwe tukasuka ejjinja mu ppamba asibiddwa awamu, tajja kuleekaana wadde okumenyeka, kubanga ppamba ajja kuwambatira ejjinja.

Mu ngeri y'emu, oyo omuteefu tajja kugoba n'abo abalina okukkiriza okutono era nga bakolera mu bubi. Ajja kulinda okutuuka ku nkomerero bbo okusobola okukyuka era babalung'amye okuba nga batereezaamu. Ebigambo bye bijja kubeera tebireekaana wadde okwasa ebintu, wabula nga bigonda era nga biteefu. Tajja kumala googera kyokka ajja kwogera ebigambo eby'amazima era ebyo ebyetaagisa byokka.

Era, abalala ne bwe babeera tebamwagala, tajja kuwulira bubi oba nti naye abakyawe. Bwaweebwa amagezi oba okuwabulwa, ajja kukikkiriza mu ssanyu ng'ayagala okutereezaamu. Omuntu ow'ekika kino tajja kubeera na buzibu na muntu yenna. Ajja kutegeera obunafu bw'abalala era abawambaatire, bwatyo akwate ku mitima gy'abangi.

Tteekateeka Omutima Ogufuule Ettaka Eddungi

Ffe okusobola okubeera n'obuteefu obw'omwoyo, tulina okunnyiikira okuteekateeka ennimiro z'emitima gyaffe. Mu Matayo 13, Yesu yatuwa olugero olw'ebika by'ettaka ebina, ng'abifaananya omutima gwaffe.

Mu ttaka eriri ku mabbali ge kkubo, ensigo yonna erigwako tesobola kumera wadde okufuna emmizi. Omutima nga guno tegujja kubeera na kukkiriza ne bwe gumala okuwuliriza ekigambo kya Katonda. Omuntu alina omutima ogw'ekika kino abeera n'empaka; taggulawo mutima gwe ne bwabeera amaze okuwulira amazima, kale tasobola kusisinkana Katonda. Ne bwabeera ng'agenda mu kanisa, abeera mugenzi wa ku kanisa. Ekigambo tekisimbibwa mu ye, kale okukkiriza kwe tekusobola kumera, tekusobola kubeera na mmizi wadde okukula.

Ennimiro erina ettaka ku lwazi ensigo eziguddeko zisobola okumera, naye ekimera tekisobola kukula olw'amayinja. Omuntu alina omutima ogw'ekika kino tabeera na bukakafu bwa kukkiriza ne bw'amala okuwuliriza ekigambo. Bw'agesebwa, alemererwa era n'agwa. Weewaawo amanyi Katonda era afuna n'obujjuvu bw'Omwoyo, kale asinga ku ttaka eriri 'emabbali ge kkubo'. Naye, olw'okuba omutima gwe teguteekeddwateekeddwa mu mazima, kukala era ne kufa era ne wataba bikolwa bigoberera kuteekebwateekebwa.

Mu nnimiro ey'amaggwa, ensigo zisobola okumera era ne zikula, naye olw'amaggwa, ebimera tebisobola kubala bibala. Oyo alina omutima guno alina bye yeegomba, ebikemo bya sente, ebimwerariikiriza eby'ensi eno n'enteekateeka ze saako ebirowoozo, kale abeera tasobola kuloza ku maanyi ga Katonda mu buli kimu.

Mu ttaka eddungi, ensigo esobola okukula era n'ekimera n'ekikubisaamu ensigo zaakyo emirundi asatu, nkaaga oba kikumi. Oyo alina omutima guno ajja kugonda na 'weewaawo' saako 'Amiina' eri ekigambo kya Katonda kyawulira, kale asobola okubala ebibala ebingi mu buli nsonga yonna. Kino kye kika ky'omutima eky'obulungi Katonda kyayagala.

Katukebere ekika ky'omutima kye tulina. Kale kituufu, kizibu okwawulirawo ddala mu mitima egy'enjawulo, nti oba ogumu gulinga ogw'ensigo ezaasuulibwa ku kkubo, oba gwe gulinga ogw'ensigo ezasuulibwa ku ttaka ery'oku lwazi, oba nti gulinga ensigo ezaasuulibwa mu nnimiro ey'amaggwa, oba nti gulinga ensigo ezaasuulibwa ku ttaka eddungi nga gyoli tupimisa minzaani. Ogwo ogulinga 'ezaasuulibwa emabbali ge kkubo' gusobola okubaamu ne ttaka ery'oku lwazi, era ne bwe tuba nga tulinamu ettaka eddungi, agatali mazima agalinga enjazi gasobola okuteekebwa mu mitima gyaffe nga bwe tukula.

Kyokka si nsonga tulina mutima ttaka lya kika ki, bwe tunyiikira okuliteekateeka, tusobola okulifuula ettaka eddungi. Mu ngeri y'emu, mu kifo ky'okussa essira ku kika ky'omutima gwe tulina, essira tulina kulissa ku ngeri gye tunyiikiramu mu kuteekateeka emitima gyaffe.

Nga omulimi bwaggyamu amayinja, bw'akuulayo omuddo, era n'ateeka mu nnimiro ebigimusa okulifuula eddungi nga bw'asuubira nti ajja kukungula bingi, bwe tweggyako ebika by'obubi nga obukyayi, ensaalwa, obuggya, ennyombo, okusala emisango, n'okukolokota okuva mu mitima gyaffe, tusobola okubeera ne ttaka-omutima omulungi ogwo omugagga mu bulungi era omuteefu mu mbala.

Ssaba N'okukkiriza Okutuuka ku Nkomerero era Weggyeko Obubi

Ffe okusobola okuteekateeka omutima gwaffe, okusookera ddala, tulina okusooka okusinza mu mwoyo era mu mazima okuwuliriza ekigambo n'okukitegeera. Era, ne mu buzibu, bulijjo tulina okusanyukanga, okusaba obutalekaayo, n'okwebaza mu mbeera zonna wamu n'okufuba okweggyako obubi mu mutima gwaffe.

Bwe tusabira amaanyi ga Katonda okuyita mu kunyiikira okusaba era ne tugezaako okutambulira mu kigamba, olwo nno, tusobola okufuna ekisa n'amaanyi ga Katonda n'obuyambi okuva eri Omwoyo Omutukuvu, ne tusobola okweggyako obubi amangu.

Wadde nga ettaka ddungi nnyo, bwe tutasiga nsigo era ne tutalabirira birime, olwo nno, tetuggya kubeera na makungula gonna. Mu ngeri y'emu, ekintu ekikulu kwe kuba nti tetulina kugezaako omulundi gumu gwokka oba ebiri ne tubivaako, wabula tusabe n'okukkiriza okutuuka ku nkomerero. Kubanga okukkiriza kwe kunyweza ebyo ebisuubirwa (Abaebbulaniya 11:1), tulina okunyiikira nga tugezaako n'okusaba mu kukkiriza. Olwo lwokka lwe tunaasobola okukungula mu bungi.

Era, nga tuli ku ky'okweggyako ebika by'obubi okuva mu mitima gyaffe, tuyinza okulowooza nti tulina wetutuuse mu kweggyako obubi, naye ate ne kirabika nga obubi bubeera buvaayo buvi. Kiringa bwe tususumbula obutungulu. Ne bw'oggyako eby'okungulu emirundi nga giigyo, era olususu lw'olaba luba lukyafaanagana ne lw'osusumbuddeko. Naye bwe tutalekaayo naye ne tugenda mu maaso okweggyako obubi okutuuka ku nkomerero, tujja kumaliriza tufunye omutima omuteefu ogutalina bubi mu gwo.

Obuteefu bwa Musa

Musa bwe yali akulembera abaana ba Isiraeri eri ensi ye Kanani mu myaka ana okuva lwe baava e Misiri, yasisinkana ebizibu bingi nnyo.

Abasajja abakulu bokka baali 600,000. Okwo bw'ogattako abakazi n'abaana, omuwendo guyinza okuba gwassuka mu bantu obukadde obubiri. Yalina okulung'amya abantu abangi ennyo okumala emyaka ana mu ddungu nga teri mmere oba amazzi. Tusobola okulowooza ku bizibu bimeka byateekwa okuba nga yasisinkana!

Eggye ly'Abamisiri nga libagoberera okuva ennyuma (Okuva 14:9), so nga mu maaso gaabwe yaliyo Ennyanja Emyufu. Naye Katonda n'afuula ennyanja Emyufu olukalu ne basobola okusala nga abali ku lukalu (Okuva 14:21-22).

Bwe waali tewali mazzi ga kunywa, Katonda yaleetera amazzi okukulukuta okuva mu lwazi (Okuva 17:6). Katonda era yakyusa amazzi agakaawa ne gafuuka amawoomu. (Okuva 15:23-25). Bwe waali tewali mmere, Katonda n'asindika e Maanu okuva mu ggulu abantu okulya (Okuva essuula 14-17).

Kyokka wadde baali balabye ku maanyi ga Katonda omulamu, Aba Isiraeri beemulugunyiza Musa buli lwe baasisinkananga obuzibu.

Abaana ba Isiraeri ne babagamba nti, "Waakiri twandifiiridde olw'omukono gwa MUKAMA mu nsi ey'e Misiri, bwe twali tutudde awali entamu ez'ennyama, bwe twali tulya emmere nga tukuta, kubanga mwatufulumya mu ddungu lino, okutta ekibiina kino kyonna n'enjala" (Okuva 16:3).

Abantu ne baba n'ennyonta eyo ey'amazzi; abantu ne bamwemulugunyiza Musa nga boogera nti, "Lwaki, watuggya e Misiri, okututta ffe, n'abaana baffe n'ebisibo byaffe n'ennyonta?" (Okuva 17:3)

Ne mwemulugunyiza mu weema zammwe, ne mwogera nti, "Kubanga MUKAMA yatukyawa, kye yava atuggya mu nsi ya Misiri, okutugabula mu mikono gy'abamoli okutuzikiriza" (Eky'amateeka olw'okubiri 1:27).

Abamu ku bo baagezaako n'okukuba Musa amayinja. Musa yalina okubeera n'abantu ab'ekika kino okumala emyaka ana, ng'abasomesa n'amazima era ng'abakulembera eri ensi ye Kanani. Na kino kyokka kitumala okumanya obuteefu Musa bwe yaliko.

Eyo yensonga lwaki Katonda yamutendereza mu Kubala 12:3, ng'agamba nti, "Era omusajja Musa yali muwombeefu nnyo, okusinga abantu bonna abaali ku nsi yonna."
Naye tekyali nti Musa yatandikirawo n'obuteefu buno. Yali asunguwala mangu okutuuka n'okutta Omumisiri eyali avuma omusajja Omuyudaaya. Era yali yeenyumiriza nnyo mu kubeera omulangira mu Misiri. Naye yeetowaaza ne yekakkanyiza ddala bwe yali alunda ekisibo mu ddungu okumala emyaka amakumi ana.
Olw'okutta Omumisiri, yalina okudduka mu lubiri lwa Falaawo era n'afuuka omuzigu eyali anoonyezebwa. Kwe kutegeera nti yali tasobola kukola kintu kyonna n'amaanyi ge ye

bwe yali abeera mu ddungu. Naye, oluvannyuma lw'okumala ekiseera kino mu kutereezebwa, yafuuka omuntu omuteefu n'aba ng'asobola okuwambaatira buli muntu .

Enjawulo wakati W'obuteefu Obw'omubiri N'obw'omwoyo

Ebiseera ebisinga, abo abateefu mu mubiri babeera basirise era nga batya abantu mu mbala yaabwe. Tebaagala kintu kyonna kireekaana oba ekibamalako emirembe.

Kale, tusobola n'okulaba nti tebasalawo ne kugatali mazima. Bwe babeera mu mbeera etabawa mirembe, basobola okukisirikira, naye ne babeera nga balumwa mu mutima. Embeera bw'essukuluma ekyo kye basobola okugumiikiriza, basobola okwabika ekintu ekiyinza okwewuunyisa abantu bangi. Era, mu buvunaanyizbwa bwabwe, tebabeera na kwagala kubeera beesigwa era kunkomerero tebabala bibala.

Mu ngeri eno okubeera omusirise oba omuwombeefu si kye kika ky'obuteefu Katonda kyasanyukira. Abantu bayinza okulowooza nti buno bwe buteefu, naye mu maaso ga Katonda, oyo akebera mu mitima munda, embala eno tesobola kutwalibwa nga buteefu.

Naye abo abatuukiriza obuteefu obw'omwoyo obw'omu mutima nga beggyako agatali mazima okuva mu mutima bajja kubala ebibala bingi mu bintu eby'enjawulo eby'okubuulira enjiri n'okuzza obuggya, nga ettaka eddungi bwe lisobola okuzaala amakungula amangi.

Era, mu mwoyo, bajja kubala ebibala eby'omusana (Abaefeeso

5:9), ebibala eby'okwagala okw'omwoyo (1 Abakkolinso essuula 13:4-7), n'ekibala eky'Omwoyo Omutukuvu (Abaggalatiya 5:22-23).

Mu ngeri eno, bafuuka abantu ab'omwoyo, kale ne bafuna mangu okuddamu eri okusaba kwabwe.

Okusinga byonna, abo abateefu mu mwoyo b'amaanyi era bavumu mu mazima. Bwe babeera balina okusomesa n'amazima, tebekkiriranya mu kusomesa. Bwe balaba emyoyo egyo egy'onoona mu maaso ga Katonda, basobola n'okuba n'amaanyi saako obuvumu okunenya n'okutereeza omuntu yenna mu kwagala.

Eky'okulabirako, Yesu ye muteefu asinga, naye bwe kyatuuka ku bintu ebitaali bituufu okusinziira ku mazima, Yabanenyanga mu bukambwe. Kwe kugamba, Teyagumiikiriza kya kwonoona Yeekaalu ya Katonda.

N'assanga mu Yeekaalu abatunda ente n'endiga n'amayiba, n'abawanyiisa effeeza nga batudde, n'afuula emigwa olukoba, n'agoba bonna mu Yeekaalu, n'endiga n'ente, N'ayiwa effeza ez'abawaanyisa ffeeza n'avuunika embaawo zaabwe; n'agamba abaali batunda amayiba nti Mugyeewo ebintu bino; muleme okufuula ennyumba ya kitange nnyumba ya baguzi" (Yokaana 2:14-16).

Era yanenya Abafalisaayo n'abawandiisi mu bukambwe abaali basomesa mu ngeri etali y'amazima, nga bakyamya ekigambo kya Katonda (Matayo 12:34; 23:13-35; Lukka 11:42-44).

Emitendera mu Buteefu Obw'omwoyo

Ekintu kimu kye tulina okumanya kwe kuba nti mulimu obuteefu mu kwagala okw'omwoyo okwogerwako mu 1 Abakkolinso essuula 13, era waliwo n'obuteefu obw'omwoyo obusangibwa mu bibala omwenda eby'Omwoyo Omutukuvu mu Baggalatiya essuula 5.

Olwo, obwo bwawukana butya ku buteefu obwogerwako mu mikisa egyasuubizibwa? Kituufu, obuteefu obwo obw'ogerwako mu mbeera ezo esatu tebwawukana nnyo. Amakulu agasookerwako kwe kubeera omugonvu era omuwombeefu nga bw'olina okwagala n'empisa. Naye obuziba n'obugazi mu buteefu obw'ogerwako awantu aw'enjawulo bwawukana.

Okusooka, obuteefu mu kwagala okw'omwoyo bwe buli ku mutendera gw'obuteefu ogusookerwako okusobola okutuukiriza okwagala. Obuteefu mu bibala omwenda eby'Omwoyo Omutukuvu bulina amakulu mangiko; bwe buteefu mu mbeera zonna.

Obuteefu mu bibala eby'omwoyo kye kibala ekizaalibwa mu mutima, era ekibala kino bwe kiteekebwa mu nkola era n'ekissa wansi emikisa, olwo nno buno bwe buteefu mu mikisa egy'asuubizibwa.

Eky'okulabirako, tusobola okugamba bwe tubeera n'ebibala ebirungi mu bungi ku muti omulungi, tukiyita "ekibala eky'omwoyo Omutukuvu," naye bwe tulya ekibala omubiri gwaffe okukiganyulwamu, kye kibala mu mikisa egyasuubizibwa. N'olwekyo, tusobola okugamba nti obuteefu mu mikisa egyasuubizibwa buli ku mutendera gwa waggulu.

Emikisa Egiweebwa Abateefu mu Mwoyo

Nga bwe kyawandiikibwa mu Matayo 5:5, "Balina omukisa abateefu, kubanga abo balisikira ensi," Bwe tubeera n'obuteefu obw'omwoyo, tujja kusikira ensi.

Wano, 'okusikira ensi' tekitegeeza nti tujja kufuna ettaka ery'oku nsi kuno, naye tujja kufuna ettaka mu bwakabaka obw'olubeerera obw'omu ggulu (Zabuli 37:29).

Obusika kwe kufuna eky'obugagga, embeera, oba akalandira okuva ku migigi egyayita. obwannanyini ku busika bwe businga okutwalibwa ng'ekikulu okusinga ebintu ebirala ebigulibwa ne sente.

Eky'okulabirako, omuntu bw'aba alina ettaka eryakasikirwa ennyo emigigi mingi, lino liba limannyiddwa n'ab'omuliraano bonna. Ab'ekika bajja kulitwala ng'ekintu eky'omuwendo era baliraamirenga abaana baabwe. N'olwekyo, okusikira ensi kitegeeza nti ddala tujja kulifuna nga ettaka eryaffe.

Olwo, lwaki Katonda agaba ettaka mu bwakabaka obw'omu ggulu eri abo abateefu mu mwoyo? Zabuli 37:11 wagamba, "Naye abawombeefu balisikira ensi, era banaasanyukiranga emirembe emingi." Nga bwe kyogera, kiri bwe kityo lwakuba abo abateefu balina empisa era bawambaatira abantu bangi.

Oyo omuteefu asobola okusonyiwa ensobi z'abalala, n'abategeera era n'abawambaatira, abantu bangi ne babeera nga basobola okuwummulira mu ye era ne beeyagalira mu mirembe mu ye.

Omuntu bwakwata ku mitima gy'abangi, kifuuka obuyinza obw'omwoyo gyali, era ne mu bwakabaka obw'omu ggulu, ajja kufuna obuyinza obw'amaanyi. N'olwekyo, bwatyo ajja kusikira ettaka eddene.

Obuyinza Obw'omwoyo Okusikira Ettaka mu Bwakabaka Obw'omu Ggulu

Mu nsi eno, omuntu asobola okufuna obuyinza singa abeera mugagga oba okuba ne tutumu, naye mu bwakabaka obw'omu ggulu, obuyinza obw'omwoyo buweebwa abo abateefu era abaweereza abalala.

Tekiibenga bwe kityo mu mmwe, naye buli ayagala okuba omukulu mu mmwe anaabanga muweereza wammwe, na buli ayagala okuba ow'olubereberye mu mmwe anaabanga muddu wammwe. nga Omwana w'omuntu bw'atajja kuweerezebwa, wabula okuweereza, n'okuwaayo obulamu bwe ekinunulo ky'abangi (Matayo 20:26-28).

Mazima mbagamba nti bwe mutakyuka okufuuka ng'abaana abato, temuliyingira n'akatono mu bwakabaka obw'omu ggulu. Kale buli eyeewombeeka ng'omwana ono omuto, ye mukulu mu bwakabaka obw'omu ggulu" (Matayo 18:3-4).

Bwe tufuuka ng'abaana, emitima gyaffe gijja

kukakkanyizibwa nga bwe kisoboka. Tusobole okukwata ku mitima gy'abantu bangi ku nsi kuno, era tujja kufuuka abo abakulembera mu ggulu.

Mu ng'eri y'emu, olw'okuba omuntu akwata ku mitima gy'abalala bangi ng'alina obuteefu obw'omwoyo, Katonda bwatyo amugabira ekitundu ekinene okumuganya okweyagalira mu buyinza bwe olubeerera. Bwe tutafuna ttaka ddene mu ggulu, ennyumba ennungi ennyo era ennene ennyo ziyinza zitya okuzimbibwa?

Katugambe Katonda tumukoledde emirimu mingi era ne tufuna eby'okuzimbisa bingi eby'okuzimba ennyumba zaffe ez'omu ggulu, bwe tubeera ne ttaka ttono kitegeeza tetuyinza kuzimba nnyumba nnene.

N'olwekyo, abo abagenda mu Yerusaalemi Ekiggya bajja kuweebwa ettaka eddene kubanga bajja kubeera baatuukiriza obuteefu obw'omwoyo mu bujjuvu. Olw'okuba ettaka lyabwe liba ddene, ennyumba zaabwe n'azo zijja kubeera nnene ate nga nnungi.

Era, buli nnyumba, mu ngeri esingayo obulungi, wajja kubaayo eby'obutonde nga ennimiro ezirabirirwa obulungi, ennyanja, ebikko, n'obusozi. Wajja kubaayo n'ebintu ebirala nga ebidiba omuwugirwa, ebisaawe, ebisenge omuzanyirwa emizannyo, n'ebirala bingi. Kuno kwe kufaayo kwa Katonda eri nnyini nnyumba asobole okuba ng'ayita abo be yawambaatira era n'abayamba ne bakula mu mwoyo ng'abaterayo obubaga era nga bagabana okwagala kwabwe olubeerera.

N'olwaleero, Katonda yeegendereza ng'anoonya abo abateefu. Kwe kubawa obuvunaanyizibwa obw'okuwambaatira emyoyo mingi nnyo era agikulembere eri amazima, era abawe agatundu aganene ag'ettaka ng'obusika mu bwakabaka obw'omu ggulu obw'olubeerera. N'olwekyo, katunyiikire okutuukiriza okutukuzibwa n'obuteefu obw'omu mutima, tubeere nga tujja kusobola okusikira ettaka eddene ennyo mu bwakabaka obw'omu ggulu.

Essuula 4
Omukisa Ogw'okuna

Balina Omukisa Abalumwa Enjala n'ennyonta Olw'obutuukirivu, kubanga abo balikkusibwa

> **Matayo 5:6**
>
> *Balina omukisa abalumwa enjala n'ennyonta olw'obutuukirivu, kubanga abo balikkusibwa.*

Waliwo enjogera e Korea egamba nti, "Omuntu ajja kufuuka mubbi bw'amala ennaku ssatu nga talidde." Lututegeeza obulumi obuli mu kulumwa enjala. N'omusajja asingayo amaanyi talina kyasobola kukola kasita enjala ebeera emuluma.

Si kyangu okubaako ekibu ky'osubwa, kati kubisaamu ekiyinza okubaawo bw'oba tosobola kulya okumala olunaku olulamba, bbiri oba ssatu.

Okusooka, owulira ng'enjala ekuluma, kyokka bwe wayitawo ekiseera, otandika okuwulira ng'olubuto lukuluma, oyinza n'okutandika okutuyaanirira. Omubiri gwonna gujja kutandika okukuluma era n'enkola y'omubiri ejja kukendeera. Okwagala kwo okw'emmere kujja kweyongera mu mbeera eno. Bwe kigenda mu maaso osobola n'okufiirwa obulamu bwo.

N'olwaleero, waliwo abantu ababonaabona n'enjala ey'amaanyi ne ntalo ne balya n'ebimera eby'obutwa. Waliwo bangi ababeerawo nga eky'okulya bakigya mu kasasiro oba mu bisaaniiko.

Naye, ekitagumiikirizika okusinga ku njala, ye nnyonta. Kimanyiddwa nnyo nti 70% eby'omubiri gw'omuntu gabeera mazzi. Bwe tufiirwa 2% eby'amazzi mu mubiri, tujja kubeera n'ennyonta ey'amaanyi. Bwe tufiirwa 4%, omubiri gujja kubeera munafu, tuyinza n'okuzirika. Bwe tufiirwa 10%, tuyinza n'okufa.

Amazzi kintu kikulu nnyo mu mubiri gw'omuntu. Olw'ennyonta ebeera eyitiridde ennyo, abantu abamu abatambula mu ddungu mu kasana akangi ennyo bajja kugoberera ekintu ekiringa amazzi nga balowooza nnyanja, era bafiirwe obulamu bwabwe.

Mu ngeri eno, okubeera omuyala oba okuba n'ennyonta ddala kintu kya bulumi nnyo, era kiyinza n'okutwala obulamu bwaffe. Olwo, lwaki Katonda agamba nti balina omukisa abo abalumwa enjala n'ennyonta olw'obutuukirivu?

Abo Abalumwa Enjala N'ennyonta Olw'obutuukirivu

Obutuukirivu buva mu kigambo okutuukirira. Enkuluze ey'ekika kya Merriam-Webster ennyonyola "okutuukirira" nga "okweyisa mu ngeri ey'obwa Katonda oba mu mateeka agakkirizibwa: ng'omuntu talina musango gwonna wadde ekibi." Mu bantu abatwetoolodde, tusobola okulaba abantu abawaayo obulamu bwabwe okusobola okukuuma obutuukirivu obukyamu wakati w'emikwano. Era bawakanya n'ebyo ebigenda mu maaso mu bitundu byabwe nga balowooza endowooza zaabwe z'entuufu.

Naye obutuukirivu bwa Katonda bwa njawulo. Kwe kugoberera okwagala kwa Katonda n'okutambulira mu kigambo kya Katonda nga bwe bulungi n'amazima ge nnyini. Kitegeeza buli ekyo kyonna kye tulina okukola okutuuka nga tukomezzaawo ekifaananyi kya Katonda ekyabula, era ne tutukuzibwa.

Abo abalumwa ennyonta n'enjala olw'obutuukirivu bajja kusanyukira mu Mateeka ga Katonda n'okukirowoozaako kiro na misana nga bwe kyawandiikibwa mu Zabuli 1:1-2. Kiri bwe kityo lwakuba ekigambo kya Katonda kirimu okwagala kwa Katonda era n'ekika ky'ebikolwa ebyo ebituukirivu.

Era, nga omuwandiisi wa Zabuli bwe yagamba, bajja kuyaayaanira ekigambo kya Katonda era bakitwale emisana n'ekiro. Si kukitereka buteresi ng'ekimu ku bintu by'omanyi wabula n'okukitambuliramu mu bulamu bwabwe.

Amaaso gange ganzibye olw'obulokozi bwo, n'olw'ekigambo kyo ekituukirivu (Zabuli 119:123).

Nakeera emmambya nga tennasala, ne nkowoola, nasuubira ebigambo Byo; Amaaso gange gaasooka ebisisimuka by'ekiro, nfumiitirize ekigambo Kyo (Zabuli 119:147-148).

Bwe tuba nga tumanyidde ddala okwagala kwa Katonda, tujja kunnyiikira okuyaayaanira ekigambo Kye, nga bwe tutyo tuli bayala era abayonta olw'obutuukirivu. Kiri bwe kityo lwakuba, tutegeera nti omwna wa Katonda omu yekka, Yesu, eyali talina musango nga talina bbala lyonna, yabonaabona n'okwetika obuswavu bwonna obw'omusalaaba ku lwaffe. Yatwala obuswavu n'okubonaabona kw'omusalaba okutununula okuva mu bibi byaffe, ffe abaali ab'onoonyi, n'okutuwa obulamu obutaggwaawo.

Bwe tukkiriza okwagala kuno okw'omusaalaba, tetulina bwe twewala kutambulira mu kigambo kya Katonda. Tujja kulowooza nti, 'Nnyinza ntya okusasula okwagala kwa Mukama nsobole okusanyusa Katonda? Nnyinza ntya okukola ebyo Katonda byayagala?' Nga enjobe erina ennyonta ng'enoonya amazzi, naffe bwe tutyo bwe tujja okunoonya ekika ky'obutuukirivu Katonda bwayagala.

N'olwekyo, tujja kunyiikira okugondera ekigambo kye

tuwulira, tweggyeko ebibi, era tutambulire mu mazima.

Ebikolwa By'abo Abalumwa Ennyonta N'enjala Olw'obutuukirivu

Olw'amaanyi ga Katonda, Nnawonyezebwa endwadde ennyingi ennyo ezaali zaabulwa eddagala eriziwonya. Bwe Nnasisinkana Katonda mu ngeri eno, Nayaayaana olw'ekigambo kya Katonda oyo eyampa obulamu obuggya. Olw'okwagala okwongera okuwulira n'okwongera okutegeera, n'agendanga mu buli lukung'ana olw'okudda obugya era ng'anoonya okusisinkana Katonda n'okwongera okumusemberera.

Njagala abo abanjagala; abo abanyiikira okunnoonya balindaba (Engero 8:17).

Bwe nategeera okwagala kwa Katonda okuyita mu byabuulirwanga okukuumanga ssabbiiti, okuwa ekimu eky'ekkumi, nga bwe tutalina kujja mu maaso ga Katonda engalo ensa (Okuva 23:15), N'afuba okutambulira mu kigambo mu bunyiikivu. Nga bwe neebaza Katonda oyo eyamponya n'andokola, nalina ennyonta ey'okutambulira mu kigambo kya Katonda.

Eky'okutambulira mu butuukirivu bwa Katonda bwe kyatandika, n'ategeera nti n'alina obukyayi mu mutima. Olwo ne ndowooza, "Nze ani akyawa omuntu?"

Nali n'akyawa abaali baanyiza bwe nali ku ndiri okumala emyaka musanvu, naye bwe nategeera okwagala kwa Yesu, eyakomererwa era n'ayiwa omusaayi Gwe n'amazzi ku lwange, N'asaba nnyo okweggyako obukyayi.

Mpita nange naakuyitaba ne nkwolesa ebikulu n'ebizibu by'otamanyi (Yeremiya 33:3).

Bwe nali nsaba nga bwe ndowooza nti singa nali bo, n'akiraba nti nange bwe ntyo bwe nandyeyisizza.

Bwe kuggwaamu essuubi kwe baafuna olw'okulaba nti nali sisobola kudde ngulu, obukyayi bwonna obwali mu nze ne busaanuuka, e nantandika okwagala omuntu yenna okuva ku ntobo y'omutima gwange.

Era, n'ajjukiranga ebigambo mu Bayibuli ebitugamba nti waliwo ebintu bye tulina 'okukola,' ne bye 'tutalina kukola,' 'okuuma,' ne bye tulina 'okweggyako.' N'embiteeka mu nkola. Neempandiika buli mbala ya kibi gye nalina okweggyako mu kitabo, era ne ntandika okubyeggyako kimu ku kimu okuyita mu kusaba n'okusiiba. Bwe nakakasanga nti ekyo nkyeggyeeko, nga nkisazaamu n'omusittale omumyufu. Era ekyavaamu, nali nsazisaamu embala z'ekibi zonna ze nali mpandiise mu kitabo, kyantwalira emyaka esatu.

1 Yokaana 3:9 wagamba says, "Buli muntu yenna eyazaalibwa Katonda takola kibi, kubanga ensigo Ye ebeera mu ye. So tayinza kukola kibi kubanga yazaalibwa Katonda." Bwe tuba n'enjala wamu ne nnyonta olw'obutuukirivu era ne tugonda wamu n'okutambulira mu kigambo kya Katonda, buno bwe bujja okubeera obukakafu nti tuli ba Katonda.

Lya Omubiri era Onywe Omusaayi gw'Omwana W'omuntu

Ekintu ekisingayo obukulu eri abo abalumwa enjala n'ennyonta kye kiri wa? Ye mmere okumalawo enjala n'eky'okunywa okumalawo ennyonta. Bajja kubeera ba muwendo okusinga ejjinja lyonna ery'omuwendo.

Waliwo abasuubizu ba nagagga babiri abaayingira weema mu ddungu. Ne batandika mpola okuwaana eby'okwewunda bye baalina. Omu ku mulunzi okuva mu Buwalabu eyali abalaba n'ababuulira olugero lwe.

Omulunzi ono yayagalanga nnyo eby'okwewunda. Bwe yali ayita mu ddungu, n'asisinkana omuyaga ogw'amaanyi ogwalimu omusenyu. N'atasobola kulya okumala ennaku nnyingi era n'akoowa nnyo. N'asisinkana ensawo n'agiggulawo. Yali ejjudde zi luulu, ze yali ayagala ennyo.

Naye bwe yalaba zi luulu zino olowooza zaamusanyusa nnyo? Nedda, ate yanakuwala bunakuwazi. Kye yali ayagala okusinga mu kiseera ekyo tezaali lulu, wabula emmere n'amazzi. Luulu zigasa ki ng'oli mu kufa njala?

Kino kye kimu n'omwoyo. Mu Yokaana 6:55, Yesu n'abagamba nti, "Kubanga omubiri Gwange kye ky'okulya ddala, n'omusaayi gwange kye ky'okunywa ddala." Era, Yagamba mu Yokaana 6:53, "ddala ddala mbagamba nti bwe mutalya mubiri gwa Mwana wa Muntu ne munywa omusaayi Gwe, temulina bulamu mu mmwe."

Kwe kugamba, kye twetaaga ku lw'omwoyo gwaffe kwe kufuna obulamu obw'omwoyo n'omukisa ogw'okukuta olw'okulya n'okunywa omusaayi gwa Yesu.

Wano, omubiri gw'Omwana w'Omuntu, Yesu, kabonero akayimirirawo ku lw'ekigambo kya Katonda. Okulya omubiri

Gwe kitegeeza okukkiriza n'okujjukiranga ekigambo kya Katonda ekyawandiikibwa mu bitabo enkaaga mw'omukaaga ebya Bayibuli. Okunywa omusaayi gwa Yesu kwe kusaba n'okukkiriza n'okutambulira mu kigambo kya Katonda kasita tukisoma, tukiwulira n'okukiyiga.

Emitendera Gy'okukula Egy'abo Abalumwa Enjala N'ennyonta ku Lw'obutuukirivu

1 Yokaana essuula 2 wannyonyola mu bujjuvu okukula mu kukkiriza okw'omwoyo n'okukuuma obulamu obutaggwaawo olw'okulya omubiri n'okunywa omusaayi gw'omwana w'Omuntu.

Mbawandiikira mmwe, abaana abato, kubanga ebibi byammwe bibasonyiyiddwa olw'erinnya Lye. Mbawandiikira mmwe, abakadde, kubanga mutegedde oyo eyabaawo okuva ku lubereberye. Mbawandiikira mmwe, abavubuka, kubanga muwangudde omubi. Mbawandiikidde mmwe abaana abato, kubanga mutegedde Kitaffe. Mbawandiikidde mmwe abakadde, kubanga mutegedde oyo eyabaawo okuva ku lubereberye. Mbawandiikidde mmwe, abavubuka kubanga mulina amaanyi, n'ekigambo kya Katonda kibeera mu mmwe, era muwangudde omubi (1 Yokaana 2:12-14).

Omuntu bw'aba abadde tamanyi Katonda kyokka n'akkiriza Yesu Kristo era n'asonyiyibwa ebibi, afuna Omwoyo Omutukuvu era abeera ne dembe erimufuula omwana wa

Katonda. Kitegeeza nti alina okufuuka ng'omwana eyakazaalibwa. Bbebbi bw'akula n'afuuka omwana omukulu, atandika okwongera okumanya okwagala kwa Katonda, nga bw'olaba omwana bwe yeeyongera okutegeera nnyina ne kitaawe, naye abeera tasobola kutambulira mu kigambo mu bujjuvu. Kiba nga bw'olaba nti abaana bagala nnyo bazadde baabwe, naye ebirowoozo byabwe tebigenda wala nnyo okuba nga bategeera omutima gw'abazadde be mu bujjuvu.

Omuntu bwayisaawo obudde ng'omwana ow'omwoyo, afuuka omuvubuka mu mwoyo oyo afunye eky'okulwanyisa nga kye kigambo kya Katonda wamu n'okusaba. Amanyi ekibi kye ki, era n'ayiga n'okwagala kwa Katonda. Abavubuka babeera n'amaanyi, era babeera n'endowooza zaabwe ze bakkirirzaamu ennyo. Kale kyangu nnyo bo okukola ensobi, naye balina obuvumu n'ekibasindiikiriza okusobola okutuuka ku kiruubirirwa.

Mu buvubuka obw'omwoyo, bagala nnyo Katonda era babeera n'okukkiriza okw'amaanyi, kale tebali ku bintu by'ensi ebitaliimu. Babeera bajjudde Omwoyo, nga batadde essuubi lyabwe mu bwakabaka obw'omu ggulu, era nga balwanyisa ekibi buli gye bakoma okuwuliriza ekigambo.

Balina amaanyi n'obuvumu okuwakanya ebigezo n'ebikemo. Ekigambo kya Katonda kibeera mu bo, kale babeera basobola okuwangula omulyolyomi setaani n'ensi era bulijjo babeera bawanguzi.

Bwe bayisa mu kiseera ky'obuvubuka ne bafuuka abakadde

era ne babeera nga bataata, bajja kubeera bafuuse bakulu. Okuyita mw'ebyo bye bayiseemu, balowooza ku bintu byonna bulungi nga tebannabaako kusalawo kwe bakola basobole okukola okusalawo okulungi mu buli mbeera. Bajja na kufuna n'amagezi okusobola okukakkanya emitwe gyabwe buli ssaawa.

Abantu bangi bagamba tusobola okutegeera omutima gw'omuzadde nga ddala bamaze kuzaala n'okubakuza. Mu ngeri y'emu, okujjako nga tufuuse ba taata ab'omwoyo lwe tusobola okumanya ensibuko ya Katonda, ne tuba nga tusobola okutegeera ekigendererwa Kye era ne tulyoka tufuna okukkiriza okukkirizibwa okuli ku ddaala erya waggulu.

Taata mu mwoyo ye muntu ali ku ddaala eritegeera ensibuko ya Katonda n'ebyama ebirala eby'ensi ey'omwoyo omuli n'okutonda eggulu n'ensi. Olw'okuba amanyi omutima n'okwagala kwa Katonda, asobola okugondera ddala okusinziira ku mutima gwa Katonda, era n'olwekyo, ajja kufuna okwagala n'emikisa ebiva ewa Katonda. Asobola okufuna emikisa egya buli kika, obutalwala, etutumu, obuyinza, obugagga, omukisa gw'abaana n'ebirala.

Omukisa Gw'okubeera Omukkufu mu Mwoyo

Nga tumaze okuzaalibwa nate ng'abaana ba Katonda, gye tukoma okulya emmere entuufu n'eby'okunywa ebituufu, gye tukoma okukula mu mwoyo n'okugenda ku ddaala ery'omwoyo. Eddaala ly'omwoyo gye likoma okubeera ery'ebuziba, gye tukoma okwanguyirwa okufuga omulabe setaani, era tujja kusobola okutegeera omutima gwa Katonda Kitaffe omunene.

Tujja kusobola okuwuliziganya ne Katonda obulungi ennyo era tulung'amizibwe Omwoyo Omutukuvu mu bintu byonna, tubeere nga tukulaakulana mu bintu byonna. Obulamu obw'okuwuliziganya ne Katonda okuyita mu bujjuvu bw'Omwoyo Omutukuvu gwe mukisa ogw'okubeera omukkufu oguweebwa abo abalumwa enjala ne nnyonta olw'obutuukirivu.

Nga bwe kyogera mu Matayo 5:6, "Balina omukisa abalumwa enjala n'ennyonta olw'obutuukirivu, kubanga abo balikkusibwa," abo abafuna omukisa ogw'okkusibwa tebalina nsonga ebasisinkanya bigezo na kusoomoozebwa.

Ne bwe wabaawo emisanvu, Katonda atugabirira ne tusobola okugyewala okuyita mu kulung'amizibwa kw'Omwoyo Omutukuvu. Ne bwe tusisinkana ebizibu, Katonda atuganya okutegeera engeri gye tuyinza okubivaamu. Emyoyo gyaffe bwe gikulaakulana mu bintu byonna, ebintu byonna bijja kututambulira bulungi, era tetujja kulwala; tujja kulung'amizibwa eri okulaakulana mu bintu byonna, emimwa gyaffe gibeera nga gijjudde obujjulizi.

Bwe tuba tulung'amizibwa Omwoyo Omutukuvu mu ngeri eno, tujja kufuna amaanyi agatusobozesa okwanguwa okutegeera ebibi n'obubi ne tubweggyako mangu, n'ebirala, tusobola okudduka eri okutukuzibwa. Nga tugezaako okutukuzibwa mu bulamu bwaffe obw'ekikristaayo olumu tekibeera kyangu okuzuula ebyo ebintu ebiri munda ddala mu mitima gyaffe oba obwo obunafu obutono ennyo obutali bwangu bwakulabika.

Mu mbeera ng'eno, Omwoyo Omutukuvu bwatukubamu

ekitangaala, tusobola okutegeera kiki kye tulina okukola n'ekyo kye tusobola okufuna. Olwo nno tusobola okugenda ku mutendera ogwa waggulu ogw'okukkiriza.

Era, wadde tetutambulira mu gatali mazima okwonoona, tusobola okulemwa okutegeera kkubo ki erisinga okusanyusa Katonda mu mbeera ez'enjawulo. Mu mbeera nga zino, bwe tutegeera ebyo ebisinga okusanyusa Katonda olw'emirimu gy'Omwoyo Omutukuvu ne tubikola, emyoyo gyaffe gijja kwongera okukulaakulana.

Obukulu Bw'emmere Entuufu N'eky'okunywa Ekituufu

Olw'okuba ne bbanja eribalirirwamu obukadde n'obukadde bwa ddoola za Amerkia, omukkiriza omu yali mu bulumi bw'amaanyi. Kyokka, yayagala okugenda mu maaso ga Katonda okwenyweza ku Ye. Ng'akkiriza nti lino lye lyali essuubi lye erisembayo, yatandika okusaba n'okuwuliriza ekigambo kya Katonda n'omutima oguyaayaana.

Bwe yalinga agenda okukola nga abeera awuliriza obukaseti obwalingako obubaka bw'enjiri n'okusomayo waakiri olunyiriri lumu mu Bayibuli n'alukwata buli lunaku. Olwo nno, najjukizibwanga ekigambo kya Katonda mu buli ddaakiika mu lunaku lwonna era n'aba ng'akigoberera.

Naye siyinza kukugamba nti wankaaki y'emikisa yaggulibwaawo amangu ago. Bwe yanyiikira okunoonya okwagala kwa Katonda n'okusaba obutalekaayo, okukkiriza kwe ne kukula. Omwoyo gwe ne gukulaakulana, era awo emikisa n'egitandika okujja eri bizinensi ye. Era amangu awo, yasobola okusasula obukadde n'obukadde bwe yali abanjibwa. Ekimu eky'ekkumi kye ne leero kikyeyongera.

Mu ngeri y'emu, bwe tulumwa n'okuba ne nnyonta olw'obutuukirivu, ng'abo abayala n'abalumwa ennyonta bwe banoonya emmere n'amazzi, tujja kutuukiriza obutuukirivu. Era ekinaavaamu, tujja kufuna emikisa gy'obutalwala n'obugagga. Tujja kufuna obujjuvu n'okwolesebwa okw'Omwoyo Omutukuvu era tubeera n'empuliziganya ne Katonda. Tujja kusobola okutuuka ku bwakabaka bwa Katonda mu bulambalamba.

'Ndowooza ku Katonda kyenkana ki, era nsoma n'okulowooza ku kigambo Kye emirundi emeka olunaku?'

'Njayaana kyenkana ki okusaba n'okutambulira mu kigambo kya Katonda?'

Katwekebere mu ngeri eno, tube n'enjala wamu n'ennyonta ey'obutuukirivu okutuuka Mukama lw'anadda, tusobole okufuna omukisa ogwa Katonda Kitaffe okutukkusa mu mwoyo.

Olwo nno, tujja kusobola okuwuliziganya ne Katonda mu ngeri ey'ebuziba era tukulemberwe eri obulamu obulungi, ate okusingira ddala, tujja kutuuka mu kifo ekisingayo ekitiibwa mu bwakabaka obw'omu ggulu.

Essuula 5
Omukisa Ogw'okutaano

Balina Omukisa Ab'ekisa, Kubanga balikwatirwa Ekisa

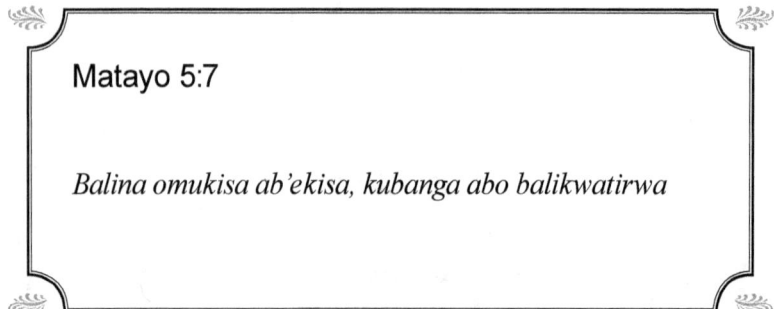

Matayo 5:7

Balina omukisa ab'ekisa, kubanga abo balikwatirwa

Jean Valjean mu Les Misérables yali musibe okumala emyaka kkumi na mwenda ku lwa kubba mugaati. Bwe yateebwa, omusumba n'amuwanga emmere n'awokusula, naye n'abba akatebe okutuula ettala era nadduka. Yakwatibwa poliisi era ne bamuleeta eri omusumba.

Omusumba n'agamba nti ye yali akawadde Jean Valjean okusobola okumutaasa. Era n'abuuza Jean Valjean, "Iwaki kwekatuula ate wakalese?" Anoonyereza ku musango asobole obutabuusabuusa.

Okuyita mu kino ekyatuukawo, Jean Valjean yayiga ku kwagala okutuufu n'okusonyiwa, era n'atandika okutambulira mu bulamu obugya. Kyokka anoonyereza ku misango Javert n'atandika okogoberera ennyo Valjean era n'amukaluubiriza nnyo mu bulamu bwe bwonna. Era mu dda, Valjean yataasa omunoonyereza obutakubwa masasi. Yagamba, "Waliwo ebintu ebinene ennyo nga agayanja, ensi, n'obwengula, naye okusonyiwa kusingawo obunene."

Okusaasira Abalala

Bwe tusonyiwa abalala n'ekisa, tusobola okukwata ku mitima gyabwe era ne beekuba mu mutima. Ekisa kitegeeza ki?

Kye kika ky'omutima ogusonyiwa okuva mu mutima n'okusaba saako okuwabula omuntu mu kwagala, ne bw'abeera ayonoonye oba okutukaluubiriza. Kye kimu n'obulungi obusangibwa mu bibala eby'Omwoyo Omutukuvu mu Baggalatiya essuula 5, naye kisingako kw'ekyo.

Obulungi gwe mutima ogugoberera obulungi bwokka

obutaba na bubi bwonna, era nga kyeyoleka bulungi nnyo mu mutima gwa Yesu oyo ataayombanga wadde okuwulira eddoboozi lye mu nguudo.

Taliyomba, so talireekaana; so tewaliba muntu aliwulira eddoboozi Lye mu nguudo. Olumuli olwatifu talirumenya, so n'enfunzi ezinyooka talizizikiza. Okutuusa lw'alisindika omusango okuwangula (Matayo 12:19-20).

Obutamenya lumuli lwatise kitegeeza nti omuntu ne bwayonoona, Mukama tamubonererezaawo amangu ago naye amugumiikiriza okutuuka ng'afunye obulokozi. Eky'okulabirako, Yesu yamanya nti Yuda Isukariyooti yali agenda kumutunda, naye yamuwabulanga mu kwagala era ng'agezaako okumuyamba okutegeera okutuuka ku nkomerero.

Era, obutazikiza nfunzi ezinyooka kitegeeza nti Katonda taviira ddala mu baana Be, Wadde tebatambulira mu mazima. Wadde tuyinza okwonoona oba okuba nga tetutuukiridde, Katonda atuwa okutegeera okuyita mu Mwoyo Omutukuvu era n'atugumiikiriza okutuuka ku nkomerero tusobole okukyuka okuyita mu mazima.

'Ekisa' kwe kutegeera, okusonyiwa, n'okulung'amya abalala eri ekkubo etuufu n'omutima gwa Mukama guno, wadde batukola obubi awatali nsonga. Si kwe kwerowoozaako ffekka, wabula okweteeka mu ngato z'abalala, tusobole okutegeera abalala n'okubalaga ekisa.

Yesu Yasonyiwa Omukyala Omwenzi

Mu Yokaana essuula 8, Abafalisaayo n'abawandiisi baaleeta omukazi eri Yesu gwe baakwatira lubona mu bwenzi. Olw'okwagala okumukema, kwe kubuuza ekibuuzo.

"Mu mateeka Musa yatulagira okubakubanga amayinja abakola bwe batyo, kale ggwe oyogera otya ku ye?" (olu.5) Lowoozaamu embeera eno. Omukazi eyakwatibwa mu bwenzi ateekwa okuba baamuleeta akankana olw'obuswavu obw'ekibi kye okuba nga kiyanjuddwa mu bantu bonna n'okutya okuttibwa.

Abawandiisi abo n'Abafalisaayo olw'okuba baali bajjudde ebigendererwa ebibi tebaalowooza ku mukyala eyali attidde ennyo. Bbo baali ku kimu nti kati baali bagenda kusuula Yesu mu katego. Abamu ku bantu abaaliwo bateekwa okuba baali baalonze dda amayinja nga baamusalidde dda omusango okusinziira ku mateeka.

Yesu yakola ki? Yakakkana mpola wansi era ne ngalo ye n'atandika okuwandiika ku ttaka. Yali awandiika amannya g'ebibi ebyateranga okukolebwa abantu abaaliwo awo. Olwo n'asituka n'agamba nti, "Mu mmwe atayonoonangako asooke okumukuba ejjinja" (olu.7).

Abayudaaya bajjukizibwa ebibi byabwe era ne bawulira nga baswadde, era omu ku omo ne batandika okwemulula. Era ekyavaamu, ne wasigalawo Yesu n'omukazi bokka. Yesu yamusonyiwa n'amugamba nti, "Nange sisala kukusinga, genda okusooka leero toyonoonanga lwa kubiri" (olu.11). Omukazi kino kirabika teyakyerabira obulamu bwe bwonna. Era kirabika teyaddamu kwonoona okuva olwo.

Mu ngeri y'emu, ekisa kisobola okulagibwa mu ngeri ez'enjawulo, era kisobola okwawulwamu ekisa eky'okusonyiwa, ekisa eky'ekibonerezo, n'ekisa eky'obulokozi.

Ekisa ky'Obulokozi Ekitaliiko Kkomo

Abo abakkiriza Yesu Kristo ng'omulokozi waabwe baafuna dda ekisa kya Katonda eky'amaanyi. Awatali kisa kya Katonda, tetusobola kwewala kugwa mu ggeyeena olw'ebibi byaffe ne tubonaabona olubeerera.

Naye Yesu yayiwa omusaayi Gwe ku musaalaba okununula abantu okuva mu bibi byabwe, era bwe tukikkiriza, tusobola okusonyiyibwa awatali kusasula era ne tulokolebwa: kino kye kisa kya Katonda.

N'olwaleero, n'omutima gw'abazadde abalindirira abaana baabwe abatannadda waka, Katonda yeesunga ng'alindirira emyoyo egitabalika okuvaayo bakwate ekkubo ery'obulokozi.

Era, omuntu ne bwanyiiza ennyo Katonda, bwe yeenenya n'omutima omutuufu era n'akomawo, Katonda tamunenya nti oba agambe, "Lwaki wankola bubi nnyo bw'otyo? Lwaki wakola ebibi ebingi eby'enkanidde awo?" Katonda akuwanbaatira buwambaatizi n'okwagala Kwe.

"Mujje nno, tuteese fembi", bw'ayogera MUKAMA , "ebibi byammwe ne bwe biba ng'olugoye olumyufu, binaaba byeru ng'omuzira, ne bwe bitwakaala ng'ebendera, binaaba ng'ebyoya byendiga" (Isaaya 1:18).

Kuba eggulu nga bwe liri waggulu okusinga ensi, N'okusaasira kwe bwe kuli okungi bwe kutyo eri abo aba mutya (Zabuli 103:12).

Bwe wabeerawo omuntu eyalina ekikyamu kyakoze, bwe yeenenya era n'akyuka, abo abalina ekisa tebajja kujjukira ebibye n'ensobi ze ebyayita, nti oba agambe nti, 'Oyo yali akoze ne ku kibi eky'amaanyi bwe kiti.' Tebajja ku mwewala oba okumukyawa wabula basonyiwa. Bajja kumuzaamu amaanyi nga bamuyamba atereere.

Olugero Olw'omuddu Eyasonyiyibwa Omutwalo gwa Ttalanta

Lumu Peetero yabuuza Yesu ku kusonyiwa. "Mukama wange, muganda wange bw'annyonoonanga, nnaamusonyiwanga emirundi emeka? Okutuusa emirundi Musanvu?" (Matayo 18:21) Peetero yalowooza nti abeera akoze nnyo okusonyiwa emirundi omusanvu. Yesu n'addamu nti, "Sikugamba nti okutuusa emirundi musanvu, naye nti okutuusa emirundi ensanvu emirundi omusanvu" (Matayo 18:22).

Naye kino tekitegeeza nti olina okusonyiwa emirundi nsanvu emirundi musanvu, gye mirundi, 490. Musanvu muwendo guyimirirawo olw'okutuukirira. 'emirundi nsanvu' kitegeeza tulina okusonyiwa obutalekaayo era mu ngeri etuukiridde. Olwo nno, ng'akozesa olugero, Yesu yasomesa ku kisa ky'okusonyiwa.

Kabaka yalina abaddu bangi. Omu ku muddu Kabaka yali

amubanja talanta omutwalo mulamba, naye nga tasobola kugusasula. Ekiseera ekyo talanta emu yalimu denaali 6,000. Nga kyenkanankana ne nnaku 6,000 ez'okukola. Guba nga omusaala gwa muaka kkumi na mukaaga eri omupakasi.

Katugambe ensete z'omuddu ziri emitwalo 130,000, ze ddoola za amerika 50. Olwo nno, ttalanta emu ebeera eweza obukadde obusoba 30 ze ddoola za Amerika 300,000. Olwo nno omutwalo gwa talanta bubeera ng'obutabalika 3 oba obuwumbi 3 obwa ddoola za Amerika. Omuddu ayinza kuggya wa sente ezo?

Kabaka n'amugamba nti atunde mukyala we, abaana, n'ebibye byonna asasula ebbanja. Omuddu n'agwa ku ttaka ne yeegayirira kabaka ng'agamba, "Mukama wange mmanja mpola, nange ndikusasula byonna" (olu. 26). Kabaka n'amusaasira era namusoyiwa ebbanja lyonna.

Omuddu ono eyali asonyiyiddwa ebbanja eddene bwe lityo yasisinkana ne muddu munne gwe yali abanja dinaali 100. Dinaali kyali ekinusu ekyafeeza mu bwakabaka bw'Abaruumi era ye yali nga empeera eweebwa omuntu akoze olunaku. Katugambe ensimbi ezirina okusasulwa omukozi owa bulijjo ziri emitwalo 5000, esente omuddu ono ze yali abanja munne zali nga emitwalo etaano, oba 5,000 eza ddoola ya Amerika. Ddala sente ntono nnyo bw'ozigeraageranya ne ku talanta omutwalo.

Naye omuddu eyasonyiyibwa kwe kugwa munne mu malaka, ng'amugamba, 'Ojja kunsasula ezange.' Wadde omusajja ono yeegayirira asaasirwe, ye munne yamusindika mu kkomera.

Kabaka kino bwe yakitegeera, yanyiiga nnyo n'agamba, "Oli

muddu mubi, n'akusonyiwa ebbanja liri lyonna, kubanga wannegayirira: naawe tekigwanidde kusaasira muddu munno, nga nze bwe nnakusaasira ggwe?" n'amusiba mu kkomera (Matayo 18:32-33).

Kye kimu naffe. Ffe abaali ab'okufa olw'ebibi byaffe twasonyiyibwa awatali kusasula kintu kyonna, wabula na kwagala kwa Yesu Kristo. Naye bwe tutasonyiwa obuntu obutono abalala bwe batukola ne tubasalira omusango n'okubakolokota, kino nga kibi nnyo!

Beera N'omutima Omugazi Okusonyiwa Abalala

Wadde tuyinza okufiirwa olw'abalala, tetulina kubakyawa oba okubeewala, naye tubategeere n'okubawambaatira. Mu ngeri eno, tusobola okubeera n'omutima omugazi okuwambaatira abantu bangi.

Bwe tubeera n'ekisa, tetukyawa muntu yenna oba okuwalana omuntu yenna. Wadde omuntu omulala akoze ekintu ekibi mu maaso ga Katonda, mu kifo ky'okubonereza okusooka, tulina okusooka okuba nga tusobola okuwabula mu kwagala.

Era, bwe bawabula omuntu, abantu abamu babeera bawulira bubi olw'ebintu omuntu oyo by'abeera akola era ne bawulira bubi mu kuwa amagezi. Era tebalina kulowooza nti bawabula abalala mu kwagala. Wadde beesigama ku kigambo eky'amazima, bwe batakikola mu kwagala, tebasobola kufuna mulimu gwonna ogw'Omwoyo Omutukuvu. Era n'olwekyo tebasobola kukyusa mutima gw'abalala.

Abakulembeze ne bwe bakola ekintu ekitali kituufu eri be bakulembera, 1 Peetero 2:18 wagamba, "Abaweereza, mugonderenga bakama bammwe mu kutya kwonna, si balungi bokka n'abawombeefu, naye era n'abakambwe." N'olwekyo, tulina okugonda n'okugoberera mu buwombeefu era tubasabire mu kwagala.

Era, abakulemberwa bwe bakola ebitali bituufu eri abakulembeze baabwe, abakulembeze tebalina kubakangavvulirawo oba okugira nga babaleka okusobola okukuuma emirembe. Balina okubeera nga basobola okubasomesa ekigambo nga babayamba okutegeera obulungi. Kino nakyo kika kya kisa.

Abakulembeze bwe balabirira abali wansi waabwe n'okwagala saako ekisa era ne babalung'amya n'obulungi, basobola okubeera abeesimbu. Era, Abakulembeza bajja kuwulira muli nga bamatidde kubanga batuukiriza obuvunaanyizibwa bw'okulung'amyanya abo abaabakwasiddwa.

Ne bwe tubeera tusisinkanye mbeera ya kika ki, tulina okubeera nga tusobola okweteeka mu bigere by'abalala. Tulina okubasabira n'okubawabula mu kwagala nga mu kyo tusobola n'okuwaayo obulamu bwaffe. Bwe tuba n'okwagala okw'ekika kino, tuba tujja na kukangavvula abo abakutte ekkubo ekyamu bwe kiba kyetaagisa okubatwala eri amazima.

Ekisa mu Kibonerezo Omuli Okwagala

Nga bwe waliyo ekisa ky'okusonyiwa, waliyo n'ekisa ky'okuboboneza. Wano kwe kuba nga ekisa kiragiddwa mu ngeri ey'ekibonerezo okusinziira ku mbeera. Ekisa kino eky'okubonereza tekituukirizibwa na bukyayi bwonna oba okukolokota. Kisibuka mu kwagala.

Kubanga Mukama gw'ayagala amukangavvula, Era akuba buli mwana gw'akkiriza. Olw'okukangavvulwa kyemunaavanga mugumiikiriza, Katonda abakola ng'abaana, kuba mwana ki kitaawe gw'atakangavvula? Naye bwe munaabeeranga awatali kukangavvulwa, okugwana okututuukako fenna, muli beebolereze, so si baana (Abaebbulaniya 12:6-8).

Katonda ayagala abaana Be, era yensonga lwaki olumu ebibonerezo bikkirizibwa okubatuukako. Mu ngeri eyo, Katonda abayamba okukyuka okuva mu bibi byabwe era batambulire mu mazima.

Katugambe omwana wo aliko ky'abbye. Olw'okuba kubeera kwagala omuzadde okuwabula omwana we, abazadde batono abayinza okukuba omwana waabwe ne kibooko ng'akoze ekintu omulundi ogusoose. Bwe beenenya mu maziga era okuva ku mitima gyabwe, omuzadde ajja kubagwa mu kifuba era agambe mu ssanyu, "Ku luno nja kukusonyiwa, naye Tokiddangamu."
Naye omwana bw'agamba nsonyiwa sijja kuddamu, kyokka n'addamu ekintu kye kimu, omuzadde alina kukola ki?
Balina okukola buli ekisoboka okulaba nga babawabula. Bwe batawulira, wadde kiruma, omuzadde alina okukozesa kibooko okubakuba, basobole okukijjukiranga. Olw'okuba abazadde bagala abaana baabwe, bababonereza basobole okukyuka baleme

okukwata ekkubo ekyamu.

Abaana bwe B'onoona

Omubbi eyali ayimiridde mu kkooti yasaba ab'obuyinza okumuganya alabe ku nnyina ng'okuwozesebwa tekunnaba. Bwe yasisinkana nnyina, yakaaba ng'agamba musango gwa nnyina ye okuba nti yafuuka mubbi. Yagamba nti yafuuka mubbi kubanga nnyina teyamubonereza lwe yasooka okubba mu buto bwe.

Bwe babuuzibwa lwaki tebabonereza baana baabwe nga basobezza, abazadde abasinga bagamba nti lwakuba baagala nnyo abaana baabwe. Naye Engero 13:24 wagamba, "Atakwata muggo gwe akyawa omwana we, naye oyo amwagala amukangavvula ebiro nga bikyali"

Bwe tulowooza ku baana baffe mu ngeri eno yokka nti 'maama bbebbi wange,' olwo nno, n'ensobi ze bakola zirabika ng'enungi. Olw'okwagala kuno okw'omubiri, abantu bangi tebaawula wakati w'ekibi n'ekirungi, era ne balaba bubi ebintu.

Era, abaana ne bwe bagenda mumaaso n'okweyisa obubi, abazadde tebabawabula, wabula bakkiriza kikkirize. Olwo, eneeyisa y'abaana n'etandika okwonoonekera ddala.

Eky'okulabirako, mu 1 Samwiiri essuula 2, tulaba abaana ba kabona Eri ababiri, Kofini ne Fenekansi bwe beebakanga n'abakazi abaawerezanga ku miryango gya Weema mwe baakung'aniranga. Naye Eri yabagamba bugambi, "Nedda, baana bange, kubanga bye mpulira si birungi n'akatono, mwonoonyesa eggwanga lya MUKAMA" (olu. 24). Abaana bano baagenda mu maaso n'okwonoona era baafa enfa embi ennyo.

Singa kabona Eri yali abakangavvudde mu bukambwe era n'aba ng'agenda mu maaso n'okubanenya nga bwe kyali kyetaagisa kabona okweyisa, tebandiwabye bwe batyo. Batuuka ekiseera nga tebakyasobola kukyuka kubanga kitaabwe teyabakuza bulungi mu ngeri entuufu.

Naye ne mu kibonerezo ekyo kye kimu, bwe kitabaamu kwagala, tetuyinza kugamba nti kisa. Katugambe omwana ow'omu ku baliraanwa bo alina kyakubbyeeko. Olwo, kiki ky'oyinza okukola?

Abo abalina obulungi bajja kubeera n'ekisa ku ye era basonyiwe omwana bw'abeera asabye okusonyiyibwa okuva ku ntobo y'omutima gwe. Naye abo abatalina bulungi bajja kusunguwalira omwana bamuvumevume, ne bw'asaba okusonyiyibwa, era bajja kuba bagala omwana abonerezebwe. Oba, bayinza okugenda nga bakibunyisa buli wamu, oba ne babeera kw'ekyo ebbanga ddene era ne batandika n'okulaba omwana oyo ng'omwana omubi.

Ekika ky'ekibonerezo kino kiva ku bukyayi, era tekiba kisa. Tekisobola kukyusa muntu mulala. Bwe tukangavvula, tulina okukangavvula omuntu oyo n'okwagala nga tweteeka mu bigere bye n'ebiseera bye eby'omu maaso okukifuula ekibonerezo eky'ekisa.

Ab'oluganda mu Kukkiriza bwe B'onoona

Ow'oluganda mu kukkiriza bw'ayonoona, Bayibuli etubuulira mu bujjuvu engeri y'okumukwatamu.

Muganda wo bw'akukola obubi, genda, omubuulirire ggwe naye mwekka, bw'akuwulira, ng'ofunye muganda wo. Naye bw'atawulira, twala omulala naawe oba babiri, era mu kamwa k'abujulirwa ababiri oba basatu buli kigambo kikakate. Era bw'agaana okuwulira abo, buulira ekkanisa, era bw'agaana okuwulira n'ekkanisa, abeere gy'oli nga munnaggwanga era omuwooza. (Matayo 18:15-17).

Bwe tulaba ow'oluganda mu kukkiriza ng'ayonoona, tetulina kukisaasaanya eri abalala. Okusooka, tulina okusooka okwogera naye asobole okukyuka. Bw'atawuliriza, tulina okumugambirako wamu n'ekibiina ekitusingako obukulu asobole okukyuka.

Era bwagenda mu maaso n'empaka, tulina okubyogeramu n'abakulembeze b'ekkanisa basobole okumutwala eri ekkubo ery'obulokozi. Era bwalemwa okuwulira abakulembeze b'ekkanisa, olwo nno, Bayibuli etugamba okumutwala nga munnaggwanga atakkiriza. Tetulina kusala misango oba okukolokota omuntu akoze ekibi ekinene. Okujjako nga tulaze okwagala naffe lwe tusobola okufuna ekisa okuva eri Katonda.

Ekisa mu Mirimu Egy'ekisa

Kimanyiddwa buli omu nti abaana ba Katonda balina okulabirira abo abali mu bwetaavu n'okubalaga ebikolwa eby'ekisa. Ab'oluganda mu kukkiriza bwe babeera babonaabona, bwe tugamba obugambi nti munange nga mulabye naye ne tutabaako kye tukolawo kyonna, olwo, tetusobola kugamba nti tulina ekisa. Ekisa mu mirimu egy'ekisa mu maaso ga Katonda kwe kugabana ekyo kye tulina n'ab'oluganda abali mu bwetaavu.

Yakobo 2:15-16 wagamba, "Bwe wabaawo ow'oluganda omusajja oba omukazi nga bali bwereere, ng'emmere eya buli lunaku tebamala, era omu ku mmwe bw'abagamba nti, 'Mugende n'emirembe mubugume, mukkute,' naye ne mutabawa omubiri bye gwetaaga, kigasa ki?"

Abamu bayinza okugamba, "Ddala njagala okuyamba, naye sirina kye nina okusobola okuwaayo." Naye bazadde ki abayinza okutunuulira obutunuulizi omwana waabwe okufa enjala, mbu olw'okuba baavu? Mu ngeri y'emu, tulina okuba nga tusobola okubaako kye tukolera ab'oluganda nga bwe twandikoledde abaana baffe.

Abo Ababonerezebwa Olw'ebibi Byabwe

Bwe tulaga bakateyamba ekisa, tulina okubaako kye tujjukira. Nti tetulina kuyamba abo abali mu buzibu kubanga baayonoona mu maaso ga Katonda. Kino kibeera kituleetera buzibu.

Mu biseera bya Kabaka Yerobowaamu mu bwakabaka bwa Isiraeri, waaliwo nnabbi eyali ayitibwa Yona. Mu kitabo kya Yona, tulaba abantu abaafuna obuzibu wamu ne nnabbi Yona eyali ajeemedde Katonda.

Olunaku lumu Katonda yagamba Yona okugenda eri ekibuga Nineevi, nga kye kyali ekibuga ekikulu eky'ensi eyayisa Isiraeri obubi ennyo, era alangirire okulabula kwa Katonda. Kyali bwe kityo lwakuba ekibuga kya Nineevi kyali kijjudde ekibi era Katonda yali wakukizikiriza.

Yona yamanya nti, abantu b'omu kibuga Nineevi bwe baneenenya nga bawulidde okulabula kwa Katonda baali bajja kuwona okuzikirira. Yamanya omutima gwa Katonda oyo alina okusaasira okutaliiko kkomo era nga Ye yennyini ye kwagala. Kati olwo kwalinga kuyamba Asiriya, ensi eyayisa Isiraeri obubi ennnyo. Kale, Yona n'ajeemera ekigambo kya Katonda era n'alinnya emmeeri eyali egenda e Tarusisi.

Bwatyo Katonda n'asindika omuyaga omunene, era abantu abaali ku mmeeri ne basuula emigonja gyabwe mu mazzi ne bafuna okufiirwa okunene. Baagira ne bategeera nti bino byonna baabituukako lwa Yona oyo ayajeemera Katonda. Baamanya nti omuyaga gwali gujja kukakkana singa baasuula Yona mu nnyanja nga Yona bwe yabagamba, naye olw'okusaasira kwabwe ne batasobola ku kikola. Baayongera okubonaabona okutuuka bwe baamusuula mu nnyanja.

Okutwala eky'okulabirako kino ng'essomo, bwe tuba tulaga

abantu ekisa, tulina okubeera n'amagezi. Tulina okukitegeera nti bwe tuyamba abo abali mu buzibu olw'ekibonerezo kya Katonda, tujja kugwa mu kizibu kye kimu.

Era, mu mbeera ey'enjawulo, omuntu bw'aba si mulwadde kyokka nga takola olw'okuba omunafu, si kituufu okuyamba omuntu ng'oyo. Kiba kye kimu nga abo abantu abataggwa kusaba buyambi okuva mu balala, nga wadde basobola okukola.

Okuyamba abantu bano kibongera bunafu n'okubafuula ba ngalo bunani. Bwe tulaga ekisa ekitali kituufu mu maaso ga Katonda, kijja kuziyiza emikisa gyaffe.

N'olwekyo, tetulina kumala gayamba buli muntu ali mu buzibu. Tulina okwegenderezera mu buli mbeera tuleme okusisinkana ebizibu nga tumaze okuyamba.

Abatali Bakkiriza Balaga Ekisa

Wano, ekintu ekimu ekikulu kiri nti tulina okulaga ekisa kyaffe si eri ab'oluganda mu kukkiriza bokka wabula n'eri abatali bakkiriza.

Abantu abasinga bagala kubeera mikwano gy'abo abagagga era abalina etutumu, naye ne banyooma era ne batayagala kusemberera abo abatali bulungi. Basobola okuyamba abantu ng'abo emirundi nga giigyo olw'omukwano ogwaliwo, naye tekijja kulwawo. Naye tetulina kunyooma muntu yenna. Tulina okulowooza ku balala okusinga ne bwe twelowoozaako era buli omu tumufeeko mu kwagala.

Waliwo abantu ddala nga balina emitima egy'ekisa nga balowooza ku buzibu abalala bwe balimu. Waliwo abalala abatayanguwa kuyamba balala olw'amaaso g'abantu abalala. Katonda alaba mu mitima munda. Agamba ekisa kwe kuyamba n'okwagala okutuufu, Era ajja kuwa omukisa abo abalaga abalala ekisa ekituufu.

Balina Omukisa Abo Abalina Ekisa

Emikisa gya Katonda egiweebwa abo abalina ekisa gye giri wa? Matayo 5:7 wagamba, "Balina omukisa ab'ekisa, kubanga abo balikwatirwa ekisa."

Bwe tuba tusobola okusonyiwa era ne tulaga ekisa n'abo abatukaluubiriza, abatuleetera okufiirwa, Katonda ajja kutulaga ekisa era atuwe omukisa ogw'okusonyiyibwa bwe tukosa abalala nga tetugenderedde.

Essaala ya Mukama egamba, "Otusonyiwe amabanja gaffe, nga naffe bwe tusonyiye abatwewolako" (Matayo 6:12). Tuggulawo ekkubo okukwatirwa ekisa okuva eri Katonda bwe tulaga abalala ekisa.

Mu kiseera kye kanisa ey'olubereberye, waaliwo omuyigirizwa eyayitibwanga Tabbiisa (Ebikolwa 9:36-42). Abakkiriza mu Yerusaalemi baddukira mu bitundu eby'enjawulo olw'okuyiganyizibwa okw'amaanyi. Abamu ne basenga mu kibuga Yoppa. Ekibuga kino kyafuuka ekimu ku bibuga omwasenga Abakristaayo, era nga Tabbiisa gye yali abeera. Yayamba abo abaali abaavu n'abaali beetaaga. Naye olunaku lumu yalwala n'afa.

Abo be yali ayambye ne batuma abantu eri Peetero okujja

okumuzuukiza. Ne balaga ebizibaawo n'ebyambalo bye yali abatungidde, nga boogera ku birungi byonna bye yali akoze.

Era ekyaddirira, yeerabira ku mulimu gwa Katonda ogutasangikasangika okuzuukizibwa okuyita mu kusaba kwa Peetero. Yafuna omukisa gw'obulamu bwe okwongerwayo olw'ekisa kya Katonda.

Era, bwe tubeera n'ekisa eri abo abaavu n'abalwadde, Katonda atuwa omukisa gw'obutalwala n'okuba abagagga.

Olw'obwavu n'endwadde ebitaggwanga bya n'alimu, n'abonaabona nnyo mu myaka gyange egy'ekivubuka. Okuyita mu kiseera ekyo n'ategeera abo abali mu bizibu ng'ebyo kye babeera bayitamu.

Okumala emyaka egisoba mwasatu okuva ng'amaze okuwonyezebwa endwadde zange zonna olw'amaanyi ga Katonda, Mbaddewo nga ntambulira mu bulamu obutaliimu ndwadde. So nga sirekangayo kwagala n'okusaasira abo abali mu kubonaabona n'endwadde saako obwavu, n'abo abalekeddwawo era abanyoomebwa.

N'olwekyo, saakitandika ng'amaze kutandika kanisa eno, wabula ne bwe nali sinagitandika nga mbeera nnyamba abo abali mu bwetaavu. Saalowooza nti, "nja kuyamba bwe naagaggawala." N'ayambanga oba kinene oba kitono.

Katonda yasanyukira ekikolwa kino, era n'ampa nnyo omukisa mbeere nga nsobola okuwaayo eri Katonda olw'obuweereza bw'omu minsane n'olw'okutuukiriza obwakabaka bwa Katonda. Bwe n'asiga ensingo ey'okulaga abalala ekisa, Katonda n'ang'anya okukungula amakungula amangi.

Bwe tulaga abalala ekisa, Katonda naye ajja kusonyiwa obunafu bwaffe. Ajja kutujjuza mu buli kimu tuleme okubulwa ekintu kyonna, era obulwadde bwaffe ajja kubuwonya. Kino kye kisa kye tusobola okufuna okuva eri Katonda bwe tukwatirwa abalala ekisa.

Yokaana 13:34 wagamba, "Etteeka eriggya mbawa nti, mwagalanenga, nga bwe nnabaagalanga mmwe, era nammwe mwagalanenga." Nga bwe kyogera, katubudeebudde abantu bangi n'okubawa obulamu n'evvumbe ery'ekisa, tusobole okweyagalira mu mukisa gya Katonda emingi.

Chapter 6
The Sixth Blessing

Balina Omukisa Abalina Omutima Omulongoofu, Kubanga abo Baliraba Katonda

Matayo 5:8

Balina omukisa abalina omutima omulongoofu, kubanga abo baliraba Katonda.

"Ekintu ekisooka kye neewuunya muli nga ntuuse ku mwezi bwe butonzi bwa Katonda n'ekitiibwa ky'okubeerawo kwa Katonda."

Bye bigambo ebyayogerwa James Irwin, eyagenda ku mwezi ku Apollo 15, mu 1971. Ebigambo bino byayatikirira nnyo era byakwata ku bantu bangi okwetooloola ensi. Bwe yali asomesa abantu mu Hungary, omuyizi omu n'amubuuza.

"Tewali muntu okuva mu mawanga ag'omu mambuka ga Asiya eyali agenze mu bwengula n'agamba nti yalaba Katonda, lwaki gwe ogamba nti walaba Katonda mu bwengula era n'otendereza ekitiibwa Kye?"

Okuddamu kwa Irwin kwategerekeka bulungi eri buli muntu ne batasobola na kukuwakanya. "Abo abatuukirivu mu mutima basobola okulaba Katonda!" Yabeera ku mwezi okumala essaawa 18, era kigambibwa nti yayimbanga Zabuli 8 bwe yalaba ensi n'obwengula Katonda bye yatonda.

"Ai MUKAMA, AI MUKAMA,
Erinnya Lyo nga ddungi nnyo mu nsi zonna!,
Gwe eyateeka ekitiibwa kyo ku Ggulu! ...
Bwe ndowooza eggulu lyo,
Omulimu gw'engalo zo,
Omwezi n'emmunyeenye,
bye walagira...
Ai MUKAMA, Ai MUKAMA,
Erinnya Lyo nga ddungi nnyo mu nsi zonna!!"

Abatuukirivu mu Mutima mu maaso ga Katonda

Enkuluze ya Merriam-Webster ennyonyola "obutuukirivu" nga "awatali kutabulwatabulwa na kintu kyonna, oba ekyo ekitalina nfuufu yonna, okuddugala, oba ekintu kyonna ekikyonoona." Mu Bayibuli, kitegeeza nti tulina okutambulira mu ngeri enoongoofu si kungulu kwokka ne mu magezi saako okusoma, wabula tulina n'okubeera n'omutima omulongoofu era ogutukuziddwa.

Mu Matayo 15, Yesu bwe yali abuulira e Galiraaya, abawandiisi n'Abafalisaayo ne bajja okuva e Yerusaalemi.

Abawandiisi n'Abafalisaayo be bantu abaasomesanga abantu Amateeka mu butongole, era nga amateeka bagakuuma butiribiri. Era baakuumanga n'obulombolombo obwabaweebwa abakadde, nga bye byali ebiragiro mu bujjuvu ebyalaganga engeri y'okukuumamu amateeka. Obulombolombo buno buze bulanda okutuuka mu mirembe egigenda giddako.

Olw'okuba beegenderezanga nnyo era nga batambulira mu bulamu obukuuma amateeka, baalowooza nti baali balongoofu. Naye emitima gyabwe gyali gijjudde obubi. Ekigambo kya Yesu bwe kitaabasanyusa, ne bagezaako okumutta.

Ezimu ku nono z'abakadde ezaateekebwawo abawandiisi n'Abafalisaayo z'agaananga omuntu okulya nga tanaabye mu ngalo.

Kyokka ne balaba nga abayigirizwa ba Yesu nga balya nga tebanaabye mu ngalo, ne bakiwakanya era ne babuuza Yesu ekibuuzo.

Ne babuuza Yesu nti, "Lwaki abayigirizwa boonoona obulombolombo bwe twaweebwa abakadde?" (olu. 2) Awo, Yesu n'abaddamu nti, "Ekiyingira mu kamwa si kye kyonoona omuntu, naye ekiva mu kamwa, ekyo kye kyonoona omuntu" (olu. 11).

Naye ebifuluma mu kamwa biva mu mutima, n'ebyo bye byonoona omuntu. Kubanga mu mutima mwe muva ebirowoozo ebibi, obussi, obwenzi, obukaba, obubbi, okuwaayiriza, okuvuma. Ebyo bye byonoona omuntu, naye okulya nga tanaabye mu ngalo tekwonoonesa muntu (Matayo 15:18-20).

Yesu era yabanenya ng'agamba nti baali bafaanana amalaalo agasiigibwa okutukula, agalabika kungulu nga gawoomye naye nga munda mujjudde amagumba g'abafu (Matayo 23:27). Mu Isiraeri baakozesanga mpuku nga ge malaalo. Nga batera okuzisiigako kalangi akeeru.

Naye ate amalaalo kye kifo omuziikibwa emirambo, era ne bwe tugatona tutya, munda mubeera mujjudde okuvunda n'ekivundu. Yesu Abafalisaayo n'abawandiisi yabafaananya amalaalo agasiigiddwa obulungi kubanga ku ngulu nga beeyisanga abalongoofu naye ng'emitima gyabwe gijjudde ebibi n'obubi.

Katonda ayagala tubeere balungi si kunglu kwokka wabula ne mu mutima munda. Yensonga lwaki Yagamba nti, "Kubanga Mukama talaba ng'abantu bwe balaba, kubanga abantu batunuulira okufaanana okw'okungulu, naye MUKAMA atunuulira mutima" (1 Samwiri 16:7) bwe Yali alonda Dawudi, omulunzi, okufuuka kabaka wa Isiraeri.

Ndi Mutukuvu Kyenkana Ki mu Mutima?

Bwe tubuulira enjiri, abantu abamu bagamba, "Saakosa muntu yenna era n'atambuliranga mu bulamu obulungi, kale nsobola okugenda mu ggulu." Nga bategeeza nti basobola okugenda mu ggulu ne bwe babeera tebakkiririza mu Yesu Kristo kubanga balina emitima emirungi era tebaakola bibi.

Naye Abaruumi 3:10 wagamba, "Tewali mutuukirivu n'omu." Omuntu ne bwalowooza nti yatuukirira nnyo nti era mulungi okukamala, ajja kukizuula nti alina obunafu bungi nnyo n'ebibi bwe yeekuba mu kifuna ng'akozesa ekigambo kya Katonda nga ge mazima. Naye abamu bagamba nti tebalina kibi kyonna olw'okuba tebalina gwe baali bakozesa era ne batamenya mateeka.

Eky'okulabirako, ne bwe babeera baliko gwe bawalana, balowooza tebalina kibi olw'okuba tebakosa muntu oyo mu ngeri erabibwako. Naye Katonda agamba nti okuba n'omutima omubi nakyo kibi.

Agamba mu 1Yokaana 3:15, "Buli muntu yenna akyawa muganda we ye mussi, era mumanyi nga tewali mussi alina obulamu obutaggwaawo nga bubeera mu ye," era ne mu Matayo 5:28, "Buli atunuulira omukazi okumwegomba, ng'amaze okumwendako mu mutima gwe."

Wadde tebirabibwa mu bikolwa, omuntu bw'abeera n'obukyayi, oba omutima omwenzi, okweyagaliza, okwemanya, obulimba, obuggya, n'obusungu mu mutima, omutima gwe tegubeera mulongoofu. Abo abalongoofu mu mutima okwagala kwabwe tebajja kukuteeka mu bintu bitaliimu wabula bajja kugoberera ekkubo eryo erimu lyokka n'omutima ogutakyukakyuka.

Ebikolwa bya Luusi, Omukazi Ow'omutima omulongoofu

Luusi yali mukazi munnamawanga eyafuuka namwandu ku myaka emito nga tannazaala. Yagaana okuva ku nnyazaala we, wabula yasigala naye ne mu biseera ng'ebintu tebitambula bulungi. Nnyazaala we teyalina muntu yenna gwakwesigamako wabula ku lw'obulungi bwa Luusi yagamba Luusi adde mu bakadde be. Naye Luusi yagaana okulekawo nnyazaala we.

Awo Luusi n'ayogera nti, "Tonneegayirira kukuleka, N'okuddayo obutakugoberera, kubanga gy'onoogendanga, gye nnaagendanga nze, era gy'onoosulalanga gye nnaasulanga nze, abantu bo be banaabanga abantu bange, era Katonda wo Katonda wange. Gy'olifiira gye ndifiira, era gye balinzika. MUKAMA ankole bw'atyo era n'okusingawo oba ng'ekigambo kyonna kiritwawukanya ggwe nange wabula okufa" (Luusi 1:16-17).

Ebigambo bya Luusi bino birimu obugumiikiriza bwe n'okwagala n'obulamu bwe bwonna okuba ng'aweereza nnyazaala we. Nnyazaala we yali yava Isiraeri, Nga Luusi eno yali tatuukangayo. Tewaaliyo nnyumba yaabwe wadde ekintu kyonna.

Naye ebyo byonna teyabirowoozaako, wabula yasalawo kintu

kimu kyokka kuweereza nnyazaala we eyali asigadde obw'omu. Luusi teyejjusa kusalawo kwe yakola wabula yaweereza buweereza nnyazaala we n'omutima ogutakyukakyuka.

Olw'okuba Luusi yalina omutima omulongoofu bwe gutyo, yasobola okwewaayo mu ssanyu era n'aweereza nnyazaala we n'omutima gumu ogutakyukakyuka. Era ekyavaamu, yasisinkana omusajja omugagga eyali ayitibwa Bowaazi nga naye yali musajja mulungi okusinziira ku bulombolombo bwa Isiraeri, era ne bafuna amaka amasanyufu. Era Kabaka Dawudi yali muzukulu we nakabirye era erinnya lye ne liyingira mu lunyiriri omwava Yesu.

Emikisa Egy'abo Abalongoofu mu Mutima

Mikisa gya kika ki abo abalongoofu mu mutima gye banaafuna? Matayo 5:8 wagamba, "Balina omukisa abalina omutima omulongoofu, kubanga abo baliraba Katonda."

Kiba kintu ekisanyusa ennyo okubeera okumpi n'abo betwagala ennyo. Katonda ye taata w'omwoyo gwaffe, era Atwagala nnyo okusinga ne bwe tweyagala. Singa tuba tusobola okumulaba maaso ku maaso era ne tubeera ku lusegere Lwe, essanyu eryo terisobola kugeraageranyizibwa na kintu kirala kyonna.

Abamu bayinza okubuuza, "Omuntu ayinza atya okulaba Katonda?" Abalamuzi 13:22 wagamba, "Manowa n'agamba mukazi we nti "tetuuleme kufa, kubanga tulabye Katonda."

Yokaana 1:18 wagamba, "Tewali eyali alabye ku Katonda wonna wonna." Mu bifo bingi mu Bayibuli tukiraba nti abantu baali tebalina kalaba Katonda era nga bwe bakikola, nga bafiirawo.

Naye, Okuva 33:11 wagamba, "MUKAMA n'ayogeranga ne Musa nga balabagana mu maaso ng'omuntu bw'ayogera ne mukwano gwe." Abaana ba Isiraeri bwe baatuuka ku lusozi Sinaayi nga bamaze okuva mu Misiri, Katonda yakka okuva mu ggulu, ne batasobola kumutuukirira nga batya okufa, naye Musa yasobola okulaba Katonda (Okuva 20:18-19).

Era, Olubereberye 5:21-24 watubuulira ku Enoka bwe yatambula ne Katonda.

Enoka n'amala emyaka nkaaga mu etaano, n'azaala Mususeera, Enoka n'atambulira wamu ne Katonda bwe yamala okuzaala Museseera emyaka bisatu, N'azaala abaana ab'obulenzi n'ab'obuwala. Ennaku zonna eza Enoka ne ziba emyaka bisatu mu nkaaga mu etaano. Enoka n'atambulira wamu ne Katonda, so n'atabeerawo, kubanga Katonda yamutwala.

Okutambula ne Katonda tekitegeeza nti Katonda Yennyini yakka ku nsi n'atandika okutambula ne Enoka. Kitegeeza nti Enoka yabeeranga awuliziganya ne Katonda ng'era Katonda yafuga buli kintu mu bulamu bwa Enoka.

Ekintu kimu kye tulina okumanya wano kwe kuba 'okutambula awamu' ne 'okubeera awamu' bya njawulo ddala. 'Katonda okuba awamu n'omuntu' kitegeeza Amukuuma ne bamalayika Be.

Bwe tugezaako okutambulira mu kigambo, Katonda atukuuma, So nga asobola okutambula naffe singa tutukuzibwa mu bujjuvu. N'olwekyo, okulaba nti Enoka yatambula ne

Katonda okumala emyaka bisatu, tusobola okulaba engeri Katonda gye yamwagalamu.

Omukisa Ogw'okulaba Katonda

Olwo, ensonga eri ki abantu abamu ne baba nga basobola okulaba Katonda maaso ku maaso ate abalala ne batasobola kumulaba maaso ku maaso wamu n'okutambula Naye?

3 Yokaana 1:11 wagamba, "Omwagalwa, togobereranga kibi, wabula ekirungi. Akola obulungi ye wa Katonda, akola obubi nga talabanga Katonda." Nga bwe kyogedde, abo abalongoofu mu mutima basobola okulaba Katonda, naye abo ng'emitima gyabwe si miyonjo olw'ebibi tebasobola kulaba Katonda.

Tusobola okukirabira ku kyali ku Suteefano eyattibwa olw'okukkiriza bwe yali abuulira enjiri mu biseera bye kanisa eyasooka. Mu Bikolwa essuula 7, tusobola okukiraba nti Suteefano yali abuulira enjiri ya Yesu Kristo era yali asabira n'emyoyo gy'abo abaali bamukuba amayinja. Kitegeeza okutuuka okukola ekyo yali mulongoofu era nga talina kibi mu mutima gwe. Yensonga lwaki yasobola okulaba Mukama eyali ayimiridde ku mukono ogwa ddyo ogwa Katonda.

Abo abasobola okulaba Katonda be balongoofu mu mitima, era basobola n'okugenda mu bifo eby'okubeeramu mu ggulu ebisinga obulungi mu bwakabaka obw'okusatu obw'omu ggulu oba obwa waggulu okusinga kw'obwo. Basobola okulaba Mukama ne Katonda kumpi ddala era ne beeyagalira mu ssanyu eryo olubeerera.

Naye abo abagenda mu Bwakabaka Obusooka n'obw'okubiri

obw'omu ggulu tebasobola kulaba Mukama ng'abali kumpi olw'ebimyanso eby'omwoyo ebimuvaamu ng'amaaso gaabwe tagasobola kubigumira era n'ebifo bye babeeramu bya njawulo okusinziira ku ddaala ery'okutukuzibwa kwe bali.

Engeri Y'okufuukamu Omulongoofu mu Mutima

Katonda oyo Omulongoofu era atuukiridde ayagala tubeera balongoofu era abatuukiridde si mu bikolwa byokka wabula ne mu mutima nga tweggyako ebibi byaffe ebyo ebyekwese munda ddala mu mitima gyaffe. Yensonga lwaki Agamba, "Munaabanga batukuvu, kubanga nze ndi mutukuvu" (1 Peetero 1:16), ne "Kubanga ekyo Katonda ky'ayagala okutukuzibwa kwa mmwe, okwewalanga obwenzi" (1 Abassaseloniika 4:3).

Olwo, tuyinza kukola ki okubeera n'omutima omulongoofu ogwo Katonda gwatwetaaza okusobola okutuukiriza obulongoofu mu ffe?

Abo abaasunguwalanga balina okweggyako obusungu era bafuuke bateefu. Abo abeemanyanga balina okweggyako okwemanya beewoombeeka. Abo abaalinanga obukyayi ku balala balina okukyuka ne babeera nga basobola okwagala n'abalabe baabwe. Mu njogera ennyangu, tulina okweggyako buli kika kya bubi era tulafubane okulwanyisa ekibi okutuuka ku ssa ery'okuyiwa omusaayi (Abaebbulaniya 12:4).

Gye tukoma okweggyako obubi okuva mu mitima gyaffe, nga tuwuliriza ekigambo kya Katonda, era ne tukitambuliramu, era ne twejjuza amazima, tusobola okubeera n'emitima emirolongoofu. Kijja kubeera tekikola makulu bwe tuwulira obuwuliriza ekigambo ne tutakitambuliramu. Katugambe engoye ziddugala, ne tugamba bugambi, "Eh, banange nina okwoza engoye," naye ne tuzireka awo bulesi.

N'olwekyo, bwe tuzuula ebintu ebiddugala mu mutima gwaffe nga tuwuliriza ekigambo kya Katonda, Tulina okufuba ennyo okubyeggyako. Kituufu, obutuukirivu bw'omutima tebumala gafunika n'amaanyi g'abantu n'obusobozi. Kino tuyinza okukitegeera okuyita bigambo omutume Paul bye yayogera.

Kubanga nsanyukira amateeka ga Katonda mu muntu ow'omunda, naye ndaba etteeka eddala mu bitundu byange nga lirwana n'etteeka ly'amagezi gange, era nga lindeeta mu bufuge wansi w'etteeka ly'ekibi eriri mu bitundu byange. Nze nga ndi munaku! Ani alindokola mu mubiri ogw'okufa kuno? (Abaruumi 7:22-24)

Wano, 'omuntu ow'omunda' kitegeeza omutima ogwasooka ogugabibwa Katonda, nga gwe mutima ogw'amazima, ogusanyukira amateeka ga Katonda n'okunoonya Katonda. Ku ludda olulala, waliwo omutima ogutaliimu mazima ogwagala okwonoona, kale tetusobola kweggyako bibi na busobozi bwaffe bwokka.

Eky'okulabirako, kino tusobola okukiraba mu bantu abatayanguyirwa kuva ku mwenge na kufuweeta sigala. Bakimanyi nti okuva ku sigala n'okunywa ennyo omwenge bya bulabe, naye tebasobola kubivaako. Bakola okusalawo okubivaako buli mwaka nga gutandika ne bagezaako okubivaako, naye balemererwa.

Bakimanyi kya bulabe, naye olw'okuba babiwoomerwa tebasobola kubivaako. Naye, bwe bafuna amaanyi ga Katonda okuva waggulu, basobola okubivaako omulundi gumu.

Kye kimu n'ebibi saako obubi mu mutima gwaffe. 1 Timoseewo 4:5 wagamba, "Kubanga kitukuzibwa na kigambo kya Katonda n'okusaba." Nga bwe kyogera, bwe tutegeera amazima okuyita mu kigambo kya Katonda, era ne tufuna ekisa kya Katonda, amaanyi, n'obuyambi okuva eri Omwoyo Omutukuvu okuyita mu kusaba obutalekaayo, tusobola okubyegyako.

Okukola kino, kye twetaaga kwe kufuba kwaffe n'obumalirivu okutambulira mu kigambo kya Katonda. Tetulina kubivaako nga tugezezaako emirundi nga giigyo. Bwe tusaba olumu ne tusiiba okutuuka nga tukyuse, olwo nno tusobola okweggyako ebibi byaffe byonna ne tubeera n'emitima emitukuvu.

Abalongoofu mu Mutima Bafuna Okuddibwamu n'Emikisa

Emikisa gy'abo abalongoofu mu mutima si kulaba ekifaananyi kya Katonda Kitaffe kyokka. Kitegeeza nti basobola n'okufuna okuddibwamu eri okuyaayaana kw'emitima gyabwe okuyita mu kusaba, era basobola okusisinkana n'okwerabira kw'ebyo Katonda byakola mu bulamu bwabwe.

Yeremiya 29:12-13 wagamba, "Era mulinkaabira, era muligenda ne munsaba, nange ndiwulira. Era mulinnoonya ne mundaba, bwe mulinkenneenya n'omutima gwammwe gwonna." Bajja kufuna okuddibwamu kwa Katonda okuyita mu kusaba okw'amaanyi, babeere nga balina obujjulizi bungi mu bulamu bwabwe.

Naye olumu, Tulaba abakkiriza abaggya abaakakkiriza Yesu Kristo, nga tebatambulira bulungi mu mazima, naye ne bafuna okuddamu eri okusaba kwabwe. Wadde nga emitima gyabwe teginnaba mirongoofu ddala, basisinkana n'okwerabira kw'ebyo Katonda omulamu byakola.

Kino kibanga bw'olaba omwana omuto bwakola ekintu ekirungi era muzadde we n'amuwa kyayagala. Wadde tebannatuukiriza mitima mirongoofu mu bujjuvu, gye bakoma okusanyusa Katonda mu kigera ky'okukkiriza kwabwe, basobola okufuna kuddibwamu eri okusaba kwabwe okw'enjawulo.

Oluvannyuma lw'okusisinkana Katonda, n'emponyezebwa endwadde zange zonna, era n'entereera bulungi, n'entandika okunoonya omulimu. Naye wadde gwe n'aggwako baansuubiza okukolera mu mbeera ennungi, saagukkiriza kubanga gwali gwakunnemesa okukuuma olunaku lwa Mukama nga lutukuvu kubanga n'alinanga okukola. N'agezaako nga bwe nsobola okugoberera ekkubo ettuufu n'omutima omulongoofu mu maaso ga Katonda.

Katonda omutima guno gwamusanyusa era n'anung'amya okuba ng'antandika edduuka ly'ebitabo ettonotono. Lyatambula bulungi, era n'ali ndi munteekateeka yakugenda mu kifo ekineneko. N'awulira nti waaliwo ekifo ekisingako obulungi.

Bwe n'agendayo, nnyini dduuka eryo teyayagala tukole endagaano naye kubanga ye bizinensi ye yali tetambula bulungi ate nga eyange etambula bulungi. Bw'entyo n'embivaako, naye bwe neeteeka mu bigere bye, ne musaasira, era ne musabira afune emikisa okuva ku ntobo y'omutima gwange.

Bwe waayitawo akabanga n'enkitegeera nti, waaliwo etundiro ly'ebitabo eddene ennyo eryali ery'okuggulawo mu maaso g'edduuka eryo lye nnyini. Saandisobodde kuvuganya na dduuka ddene bwe lityo. Katonda amanyi buli kimu n'ataganya ndagaano yaabwe kubaawo.

Bwe waayitawo ekiseera, n'agenda mu dduuka eddala. Sakkirizanga bayizi batalina mpisa. Nga sikkiriza kunywera sigala na mwenge mu dduuka lyange. Ku lunaku olwa Ssnde, lwe waabangayo ba kasitooma abangi, nga nzigalawo edduuka nsobole okukuuma olunaku lwa Mukama. Mu birowoozo by'abantu, bizinensi yali teyinza kutambula bulungi mu ngeri yonna. Wabula, ba kasitooma beeyongeranga bweyongezi. Buli omu n'akiraba nti ddala gwali mukisa gwa Katonda.

Ate n'ekirala, bwe tutambulira mu Bulamu Obw'ekikristaayo, tusobola n'okufuna ekirabo ky'okwogera mu nnimi oba okufuna ebirabo ebirala eby'Omwoyo Omutukuvu. Kuno n'akwo kubeera nga "kulaba Katonda."

Omulala okukkiriza, ku bw'Omwoyo oyo, n'omulala ebirabo eby'okuwonyanga, ku bw'omwoyo omu, n'omulala okukolanga eby'amagero, n'omulala okubuuliranga, n'omulala okwawulanga emyoyo, omulala engeri z'ennimi, n'omulala okuvvuunuzanga ennimi, naye ebyo byonna Omwoyo oyo omu ye abikola, ng'agabira buli muntu kinnoomu nga ye bw'ayagala (1 Abakkolinso 12:9-11).

Kye tulina okujjukira kwe kuba nti bwe tuba nga ddala twagala Katonda, olwo nno tetulina kumatira na kukkiriza okw'omwana omuto. Tulina okufuba nga bwe tusobola okweggyako obubi mu mitima gyaffe era tutukuzibwe mu bwangu tusobole okukula mu kukkiriza n'okutegeera omutima gwa Kaatonda.

2 Abakkolinso 7:1 wagamba, "Kale, bwe tulina ebyasuubizibwa ebyo, abaagalwa, twenaazengako obugwagwa bwonna obw'omubiri n'obw'Omwoyo , nga tutuukiriza obutukuvu mu kutya Katonda." Nga bwe kyogera, katweggyeko obubi bwonna obw'omu mutima tutuukirize obulongoofu mu ffe.

Nsuubira nti tujja kukulaakulana mu bintu byonna era tufune buli kimu kye tusaba, nga omuti ogusimbiddwa okumpi n'amazzi bwe gutakala, wabula ne gubala ebibala ebingi ne mu kyeya. Era nsuubira nti tujja kusobola okulaba Katonda maaso ku maaso mu bwakabaka bw'omu ggulu obutaggwaawo.

Essuula 7
Omukisa Ogw'omusanvu

Balina Omukisa Abatabaganya, Kubanga abo baliyitibwa Baana ba Katonda

> **Matayo 5:9**
>
> *Balina omukisa abatabaganya, kubanga abo baliyitibwa baana ba Katonda.*

Bwe wabaawo ensi bbiri ezigabana ensalo, zisobola okubeera n'obukuubagano oba n'okulwanagana nga buli omu alwana okubaako kyafuna. Kyokka waliwo ensi bbiri ezigabana ensalo, naye babadde mu mirembe okumala ebbanga ddene. Y'ensi ya Argentina ne Chile.

Edda ennyo, baalina obuzibu obwabalukawo katono bubalwanye olw'obutategeeragana obwali ku nsalo. Banna ddiini b'ensi zombi beegayirira abantu nga bagamba nti okwagala ye yali engeri yokka okukuuma emirembe wakati w'ensi ebbiri. Abantu bakkiriza kye baali bagambiddwa era ne basalawo okugenda n'emirembe. Ne bawanika ekipande ekyaliko ebigambo by'omu Bayibuli mu Abaefeso 2:14, "Kubanga Ye gye mirembe gyaffe, eyafuula byombi ekimu, n'amenyawo ekisenge ekya wakati ekyawula."

Okubeera n'emirembe wakati w'ensi kwe kubeera n'enkolagana ennungi wakati waazo, so ng'ate mu bantu kwe kubeera n'emitima egiwulira obulungi bwe babeera bali wamu. Naye amakulu ag'omwoyo ag'emirembe ne Katonda gawukanako katono. Kwe kuwaayo obulamu bwaffe ku lw'abalala n'okubaweereza. Kwe kwewombeeka abalala basobole okugulumizibwa. Obuteeyisa bubi. Era ne bwe tuba nga ffe batuufu, tugoberere ebirowoozo by'abalala okujjako bwe g'aba nga si mazima.

Kwe kunoonya ebyo ebiganyula abantu bonna. Bwe butalemera ku nsonga zaffe, naye nga tusooka okulowooza ku balala. Kwe kugoberera endowooza z'abalala n'obuteekubiira wabula okuwulira enjuyi zombi n'okulaba bwe zigonjoola ensonga. Okubeera omutabaganya, tulina okuwaayo obulamu bwaffe. N'olwekyo, amakulu ag'omwoyo ag'emirembe kwe kuwaayo obulamu bwaffe okutuuka ku ssa ery'okufiirwa obulamu bwaffe.

Yesu Yaleeta Emirembe nga Awaayo Obulamu Bwe

Katonda bwe yatonda omuntu eyasooka Adamu, yali mwoyo omulamu. Yeeyagalira mu buyinza obw'okufuga ebintu byonna. Naye, ekibi bwe kyajja mu ye olw'okulya ekibala eky'agaanibwa, Adamu n'ezzadde lye lyonna baafuuka b'onoonyi. Era okuva olwo ne wabaawo ekisenge ky'ebibi wakati w'omuntu ne Katonda.

Nga bwe kyogera mu Bakolosaayi 1:21, "Nammwe, bwe mwali edda bannaggwanga era abalabe mu kulowooza kwammwe mu bikolwa ebibi, naye kaakano yabatabaganyisa," abantu baali bayawulwa ku Katonda olw'ebibi.

Abantu baali baafuuka ab'onoonyi mu biseera bya Adamu, era Yesu, Omwana wa Katonda, n'afuuka ssaddaaka etangirira ku lwaffe. Y'afa ku musaalaba okuggyawo ekisenge ky'ekibi wakati w'abantu ne Katonda era n'aleeta emirembe.

Omuntu ayinza okwebuuza, "Lwaki abantu bonna baafuuka ab'onoonyi olw'ekibi ky'omusajja omu Adamu?" Kiringa bw'olaba edda ennyo mu biseera by'abaddu. Bw'ofuuka omuddu, ezzadde lyo lyonna bazaalibwa nga baddu.

Abaruumi 6:16 wagamba, "Temumanyi nga gwe mwewa okuba abaddu b'okuwulira, muli baddu b'oyo gwe muwulira, oba ab'ekibi okuleeta okufa, oba ab'okuwulira okuleeta obutuukirivu?" Olw'okuba Adamu yagondera omulabe setaani era n'ayonoona, buli omu eyaddawo yafuuka mw'onoonyi.

Okuleetawo emirembe wakati wa Katonda n'abantu abaafuuka ab'onoonyi, Yesu ataalina kibi yakomererwa. Abakolosaayi 1:20 wagamba, "N'okutabaganyisa ebintu byonna eri ye yennyini mu ye, bwe yamala okuleeta emirembe olw'omusaayi gw'omusalaba Gwe, mu Ye okutabaganyisa oba eby'oku nsi oba eby'omu ggulu." Yesu yafuuka ssaddaaka etangirira olw'okusonyiyibwa ebibi byaffe era n'aleeta emirembe wakati wa Katonda n'abantu.

Oli Mutabaganya?

Nga Yesu bwe yakka ku nsi mu mubiri gw'omuntu era n'afuuka Omutabaganya, Katonda ayagala tubeere n'emirembe n'abantu abalala bonna. Kituufu, bwe tukkiririza mu Katonda era ne tuyiga amazima, Ebiseera ebisinga tetujja kumalawo mirembe mu bugenderevu. Naye bwe tuba nga tukyeyita abatuukirivu nga tulowooza tuli batuufu, tuyinza okumalawo emirembe nga tetugenderedde.

Tusobola okutegeera oba tuli omuntu ow'ekika kino nga twekebera oba nga tukola buli kimu kiggye mw'ekyo bantu kye bagala oba abalala bakola kyonna ekisoboka okuggya mw'ekyo kye twagala. Eky'okulabirako, wakati w'omwami n'omukyala, katugambe omukyala tayagala mmere ya munnyo kyokka ng'omwami awoomerwa emmere ey'omunnyo.

Omukyala n'agamba bba nti emmere ey'omunnyo si nnungi eri obulamu bwe, naye ye omwami agyagala era akyagirya. Awo, omukyala n'alemwa okumutegeera. Eri omwami, tayinza kumala g'ava kw'ekyo kyayagala.

Wano, omukyala bw'alemerako omwami we agoberere amagezi ge kubanga mutuufu, wayinza okubaawo oluyombo. N'olwekyo, okubeera n'emirembe, tulina okulowooza ku balala tubayambe okutegeera basobole okukyuka mpolampola ku lw'obulungi.

Mu ngeri y'emu, bwe twetoolooza amaaso gaffe, tusobola okukiraba amangu nti emirembe giggwaawo olw'obuntu obutono. Kibaawo olw'okulowooza nti tuli batuukirivu nga tulowooza nti tuli batuufu.

N'olwekyo, tulina okwekebera oba nga twenoonyeza byaffe nga tetunalowooza ku balala, oba nga tugezaako okukalambira ku birowoozo byaffe kubanga tuli batuufu era nga twogera mazima, wadde nga tukimanyi bulungi nti omuntu oli akaluubiriddwa nnyo. Era, tulina okwekebera okulaba oba ng'abo aba tuli wansi twagala batugondere mu mbeera yonna olw'okuba tuli bakama baabwe.

Olwo nno, tusobola okutegeera oba nga ddala tuli batabaganya. Okutwaliza awamu, kyangu okubeera n'emirembe n'abo abalungi gye tuli. Naye Katonda atugamba okubeera n'emirembe n'abantu bonna n'okutukuzibwa.

Mugobererenga emirembe eri abantu bonna, n'obutukuvu, awatali obwo siwali aliraba Mukama (Abaebbulaniya 12:14).

Tulina okubeera nga tusobola okuba n'emirembe n'eri abo abatatwagala, abatuwalana, oba abatuleetera ebizibu. Ne bwe tuba nga tuli batuufu ddala, bwe kiba nga kikaluubiriza omuntu omulala oba kimuwuliza bubi, tekiba kirungi mu maaso ga Katonda. Olwo, tuyinza tutya okubeera n'emirembe n'abantu bonna?

Beera mu Mirembe ne Katonda

Ekisooka, tulina okubeera mu mirembe ne Katonda.

Isaaya 59:1-2 wagamba, "Laba, omukono gwa MUKAMA teguyimpawadde n'okuyinza ne gutayinza kulokola, so n'okutu kwe tekumuggadde n'okuyinza ne kutayinza kuwulira. Naye obutali butuukirivu bwammwe bwe bwawudde mmwe ne Katonda wammwe n'ebibi byamwe bimukwesezza amaaso, n'atayagala kuwulira." Bwe twonoona, ekisenge ky'ekibi kitwawula ku Katonda.

N'olwekyo, okubeera n'emirembe ne Katonda bwe butaba na kisenge kya bibi ekiva ku bibi wakati waffe ne Katonda.

Bwe tukkiriza Yesu Kristo, tusonyiyibwa ebibi byaffe byonna bye tukoze okutuuka mu kiseera ekyo (Abaefeso 1:7). Olwa kino, ekisenge ky'ebibi wakati waffe ne Katonda kimenyebwawo, era emirembe ne gitandika.

Naye tulina okujjukira nti bwe tugenda mu maaso n'okwonoona nga ebibi byaffe bimaze okusonyiyibwa, ekisenge ky'ebibi kiddamu okuzimbibwa.

Tusobola okutegeera okuva mu Bayibuli nti ebizibu bingi biva ku kibi. Yesu bwe yawonya omusajja akonzibye mu Mataayo essuula 9, Yasooka kumusonyiwa bibi. Bwe yawonya omusajja eyali amaze n'ekirwadde emyaka 38, Yamugamba, mu Yokaana

5:14, "Laba, oli mulamu: toyonoonanga nate, ekigambo ekisinga obubi kireme okukubaako."

N'olwekyo, bwe twenenya ebibi byaffe, ne tukyuka era ne tutambulira mu kigambo kya Katonda, tusobola okubeera mu mirembe ne Katonda. Olwo nno tusobola okufuna emikisa nga abaana Be. Bwe tubeera n'ekirwadde, tujja kuwonyezebwa tubeere balamu, bwe tubeera n'ekizibu kya sente, ekizibu kijja kuvaawo era tufuuke bagagga. Mu ngeri eno, tufuna okuddibwamu eri okuyaayaana kw'emitima gyaffe.

Beera mu Mirembe mu Ggwe

Kasita tubeera n'obukyayi, ensaalwa, obuggya n'ekika ky'ebibi ekirala, bijja kusiikuulwa okusinziira ku mbeera egenda mu maaso. Olwo nno, tujja kubonaabona olwa byo era tetusobola kubeera na mirembe.

Waliwo olugero mu Korea olugamba nti, "Muganda wo bw'agula ettaka, olubuto lukuluma." Okugereesa kuno kulaga ensaalwa eyitiridde. Omuntu ajja kubonaabona olw'okubeera n'ensaalwa, nga tayagala mbeera ng'abalala bali bulungi. Mu ngeri y'emu, bwe tubeera n'ensaalwa, obuggya, okwemanya, okuyomba, n'omutima omwenzi, n'ebika by'ebibi ebirala mu mutima gwaffe, tetusobola kubeera na mirembe. Omwoyo Omutukuvu mu ffe abeera asinda, kale omutima gwaffe gujja kubeera teguteredde.

N'olwekyo, okubeera n'emirembe mu ffe, tulina okweggyako obubi okuva mu mitima gyaffe era tugoberere okuyaayaana kw'Omwoyo Omutukuvu.

Bwe tukkiriza Yesu Kristo era ne tubeera mu mirembe ne Katonda, Katonda asindika ekirabo ky'Omwoyo Omutukuvu mu mitima gyaffe (Acts 2:38).

Omwoyo Omutukuvu, nga gwe mutima gwa Katonda, atuganya okuyita Katonda "Taata." Atuganya okutegeera ekibi, obutuukirivu, n'omusango. Olwo nno abaana ba Katonda basobola okutambulira mu kigambo kya Katonda nga balung'amizibwa Omwoyo Omutukuvu.

Bwe tutambulira mu kigambo kya Katonda era n'agoberera okuyaayaana kw'Omwoyo Omutukuvu ng'ayambibwako Omwoyo Omutukuvu, Asanyuka mu mutima gwaffe. Kale, tusobola okuwulira obulungi mu mutima, era tusobola n'okubeera mu mirembe mu ffe.

Era, gye tukoma okwegirako ddala obubi mu mutima gwaffe, tubeera tetukyalwanyisa kibi, kale tubeerera ddala mu mirembe emijjuvu munda mu ffe. Okujjako nga tulina emirembe lwe tusobola okubeera n'emirembe n'abalala.

Okubeera mu Mirembe N'abantu

Olumu, tusobola okulaba abantu abafuba n'okuyaayaana olw'obuvunaanyizibwa bwabwe eri Katonda. Bagala Katonda era ne beeweerayo ddala, naye tabalina mirembe n'ab'oluganda abalala mu kukkiriza.

Bwe babeera balowooza nti kye bakola kiyamba obwakabaka bwa Katonda, tebawuliriza birowoozo bya balala wabula bagenda bugenzi mu maaso n'emirimu gyabwe. Kati awo abalala bajja kuwulira bubi era bawulire nga bagala kumuwakanya.

Mu mbeera eno, oyo atali mu mirembe na banne ajja

kulowooza nti gwe mutango gw'alina okusasula okusobola okutuukiriza ekintu ekirungi ku lw'obwakabaka bwa Katonda. Tafaayo ku birowoozo by'abalala ebiyinza okuba nga byawukana ku bibye oba nti byakola bireetera abamulinaanye okuwulira obubi.

Naye abo abalina obulungi bajja kulowooza ku mutima gwa buli omu, basobole okunoonya emirembe era bawambaatire abalala. Kale abantu bangi babeera basobola okujja gyali.

Obulungi gwe mutima ogw'amazima ogugoberera obulungi mu mazima. Era kwe kweyisa obulungi n'okuba ow'ekisa. Era, kwe kugulumiza abalala okusinga bwe twegulumiza n'okufa ku balala (Abafiripi 2:3-5).

Mataayo 12:19-20 wagamba, "Taliyomba, so talireekaana, so tewaliba muntu aliwulira eddoboozi Lye mu nguudo. Olumuli olwatifu talirumenya so n'enfunzi ezinyoola talizizikiza, Okutuusa lw'alisindika omusango okuwangula."

Bwe tubeera n'obulungi obw'ekika kino, tetujja kuyomba n'abalala. Tojja kugezaako kwenyumiriza oba okwegulumiza. Tujja kwagala n'abo abanafu ddala nga olumuli olumenyese oba babi nga enfunzi enyooka. Tujja kubawaambatira nga tusuubira nti olumu bajja kukyuka.

Eky'okulabirako, katugambe omwana omubereberye agulira bazadde be ebirungi kubanga abagala nnyo. Naye ate n'aba nga akolokota nnyo baganda be abatasobola kukola nga ye bwakola, bazadde be banaawulira batya? Era bateekwa okuba nga bagala abaana baabwe babeere mu mirembe n'okwagala okusinga ebirabo ebivaako okuyomba.

Mu ngeri y'emu, Katonda ayagala tutegeere omutima Gwe era

tufaanane omutima Gwe okusooka mu kifo ky'okutuukiriza obwakabaka Bwe ennyo. Okujjako nga ddala kye bakola si mazima nakatono, tulina okulowooza kw'abo abalina okukkiriza okutono okusobola okunoonya emirembe.

Okuva lwe n'atandika okusumba ekkanisa eno, Siwulirangako bubi olw'abasumba oba abakozi abataabala bibala bituufu. Nnabatunuulira n'okukkiriza n'obugumiikiriza okutuuka lwe baafuna amaanyi agasingako okuva eri Katonda era ne batuukiriza obuvunaanyizibwa bwabwe.

Singa n'akalambira ku nsonga zange, osanga n'andibadde mbagamba ebigambo nga, "Lwaki tonoonya eby'okukola ebirala, sooka ofune amaanyi agasingawo omwaka ogujja, olyoke okomewo okole omulimu gwo."

Naye olw'okutya nti abamu bajja kuggwamu amaanyi, saakikola. Bwe tubeera n'obulungi obw'obutamenya lumuli lwewese oba okuzikiza enfunzi ezinyooka, tusobola okubeera mu mirembe n'abantu bonna.

Emirembe Okuyita mu Kwewaayo

Yokaana 12:24 wagamba, "Ddala, ddala, mbagamba nti Empeke y'eng'ano bw'etagwa mu ttaka n'efa, ebeerera awo yokka, naye bw'efa ebala emmere nnyingi." Nga bwe wagamba, bwe tweweerayo ddala mu buli mbeera, tusobola okubeera mu mirembe n'ebibala bingi. Kwe kugamba, ensigo bw'egwa mu ttaka n'efa, esobola okubala emmere nnyingi.

Yesu yakola ki? Yeeweerayo ddala. Yakomererwa ku lw'abantu bonna kubanga baali b'onoonyi. Yaggulawo ekkubo ery'obulokozi era n'akomyawo omuwendo gw'abaana ba

Katonda ogutayogerekeka.

Mu ngeri y'emu, bwe tusooka okwewaayo, bwe tusooka okuweereza abalala mu buli kimu oba mu maka gaffe, oba ku mirimu gye tukola, oba ekkanisa, olwo tusobola okufuna ekibala ekirungi eky'emirembe.

Buli omu abeera n'ekigera ky'okukkiriza eky'enjawulo (Abaruumi 12:3). Buli omu alina endowooza n'ebirowoozo bya njawulo. Eddaala mu kusoma, mu mbala, mu mbeera mwe baakuzibwa byonna bya njawulo, kale buli omu alina ebipimo bya njawulo byakozesa mu ndaba y'ebintu ebituufu n'ebyo byalowooza nti bye bituufu.

Buli omu alina ekipimo ky'akozesa, omuntu bw'akalambira kw'ekyo ye kyayagala, tetusobola kubeera mu mirembe. Ne bwe tubeera batuufu, era ne bwe tuba tuyinza okuwulira obubi olw'abalala, tulina okwewaayo okusobola okuba mu mirembe.

Katugambe abawala babiri nga baluganda nga buli omu yeeyisa mu ngeri yiye babeera basula mu kisenge kimu.

Omukulu ng'ayagala ebintu nga biyonjo, naye omuto nga si bwatyo bwali. Omukulu n'agamba muto we akyuseemu. Muto we bw'agaana okukyuka nga wadde agambiddwa enfunda eziwera, Mukulu we biyinza okumutama. Era ajja kumala akirage ne kungulu. Era ekinaavaamu, bajja kutandika okuyomba.

Mu mbeera eno, ddala okubeera awantu awatukula kye kisinga, naye bwe tunyiiga era ne tumalako n'abalala emirembe n'ebigambo byaffe, tekiba kituufu. Wadde tuyinza okubeera n'ekintu ekitatuyisa bulungi, tulina okulindirira mu kwagala omuntu oyo okutuuka lw'anaakyuka okubeera n'emirembe.

Waaliyo omulenzi ayitibwa Minson. Yafiirwa maama we ng'akyali muto. Yalina nnyina omuto. Nnyina omuto yalina abalenzi abamusingako obuto babiri.

Nnyina omuto yabonyaabonya nnyo Minson; ng'emmere ennungi n'engoye abiwa batabani be bokka. Minson yabeeranga abonaabona mu butiti olw'obugoye obw'oluwewere obwamuweebwanga.

Ku lunaku olunnyogovu, Minson bwe yali avuga ekigaali kitaawe kye yali asika, yakankana nnyo n'ekigaali n'ekitandika okukankana. Kitaawe n'akwata ku ngoye z'omwana we n'akitegeera nti yali ayambala bugoye buwewere.

"Ayinza atya okukukola kino?" N'anyiiga nnyo, era yali anaatera okugoba mukyala we omuto awaka. Naye Minson ne yeegayirira kitaawe aleme ku kikola. "Nkwegayiridde taata tonyiiga. Maama waabwe bw'anaava awaka, omwana omu yajja okubonaabona, naye bw'onoomugoba, batabani bo abasatu bonna bajja kubonaabona."

Nnyina omuto n'akwatibwako nnyo olw'ekyo kye yayogera. Ne yeenenya ensobi ze zonna mu maziga era tebaddamu kubeera mu ndoliito okuva olwo.

Mu ngeri y'emu, abo abateefu nga ppamba era nga tebayomba oba kuleeta mitawaana bajja kwagalibwa era baanirizibwe buli wamu. Abantu ab'ekika ekyo babeera batabaganya. Basobola okwewaayo ku lw'abalala okutuuka ku ssa ly'okuwaayo obulamu bwabwe.

Ibulayimu Omutabaganya

Abantu abasinga baagala okubeera n'emirembe mu bulamu bwabwe, naye kizibu okukituukiriza. Kiri bwe kityo lwakuba beenoonyeza byabwe ne we bafunira mu kintu.

Bwe tutenoonyeza byaffe, kirabikanga ffe abagenda okufiirwa, naye n'amaaso ag'okukkiriza, si kituufu. Bwe tugoberera okwagala Kwe okuba nga tunoonya okuganyula abalala, Katonda ajja kutusasula n'okuddamu Kwe saako emikisa.

Olubereberye essuula 13, tulaba Ibulayimu n'omwana wa muganda we Lutti. Lutti yali yafiirwa kitaawe nga muto era n'agoberera Ibulayimu nga kitaawe eyamuzaala. Era ekyavaamu, naye n'afuna emikisa Ibulaamu bwe yayagalibwa ennyo Katonda era n'amuwa emikisa. Eby'obugagga byabwe byali bingi. Si feeza na zaabu byokka, wabula baalina ne nte nnyingi. Kale amazzi ne g'aba nga tegakyabamala, era abalunzi okuva enjuyi zombi ne batandika okuyombagana.

Era ekyavaamu, okumalawo ennyombo wakati w'abantu abava awamu, Ibulayimu n'asalawo babeere mu bifo bya njawulo. Mu kiseera kino, Ibulayimu n'awa Lutti omukisa ogw'okulondawo gy'ayagala okulaga.

Ensi yonna teri mu maaso go? Yawukana nange nkwegayiridde, obanga oneeroboza omukono ogwa kkono, nange naagenda ku mukono ogwa ddyo, naawe bw'oneeroboza omukono ogwa ddyo, nange naagenda ku mukono ogwa kkono (Olubereberye 13:9).

Bwatyo, Lutti n'atwala oludda olwaliko ekikko kya Yolodaani kubanga kyalina amazzi mangi. Nga tulowooza ku Ibulayimu, Lutti yaweebwa omukisa lwa Ibulayimu, era nga tutunuulira ekitiibwa mu maka, Ibulayimu ye yali taata nga Lutti mwana wa Muganda we, kale ye yandisoose okulondawo gyayagala. Era, singa Ibulayimu kino yali akikoze bukozi okutuusa omukolo, yandirabye nti Lutti tabadde mwenkanya.

Naye, okuva ku ntobo y'omutima gwe, Ibulayimu yayagala nnyo omwana wa muganda we Lutti okutwala ekifo ekyali kisingako obulungi. Yensonga lwaki yasobola okubeera mu mirembe ne Lutti, era ekyavaamu, n'afuna emikisa egisingawo okuva eri Katonda.

MUKAMA n'agamba Ibulaamu, lutti bwe yamala okwawukana naye nti, "Yimusa kaakano amaaso go, otunule ng'oyima mu kifo mw'oli, obukiika obwa kkono n'obwa ddyo n'ebuvanjuba n'ebugwanjuba. Kubanga ensi yonna gy'olaba, ndigiwa ggwe, n'ezzadde lyo emirembe gyonna. Era ndifuula n'ezzadde lyo ng'enfuufu ey'oku nsi, era omuntu bw'ayinza okubala enfuufu ey'oku nsi, era n'ezzadde lyo liribalika. Ggolokoka, otambule obune ensi obuwanvu bwayo n'obugazi bwayo, kubanga ndigiwa ggwe." (Olubereberye 13:14-17).

Okuva olwo, obugagga bwa Ibulayimu n'obuyinza byeyongera nti yaweebwanga ekitiibwa n'okuva mu bakabaka okwetooloola. N'omutima gwe omulungi, yasobola okuyitibwa 'mukwano gwa Katonda'.

Oyo anoonya okuganyula abalala mu bintu byonna ajja kukola ebintu abalala bye bagala, so si kyayagala. Bwakubibwa ku ttama erya ddyo, ajja kuteekayo n'ery'oku mukono ogwa kkono. Asobola okuwaayo ne kanzu ye singa omuntu abadde ayagala kizibaawo kye, so nga asobola okutambula n'omuntu mairo bbiri nga abadde amwegayiridde atambule naye mailo emu yokka (Matayo 5:39-41).

Nga ne Yesu bwe yasabira abaali bamukomerera, naye asobola okusabira abalabe be n'olw'emikisa gyabwe. Asobola okusabira abo abamuyigganya. Bwe twewaayo okuva ku ntobo y'omutima gwaffe era ne tunoonya ebyo ebiganyula abalala, tusobola okubeera mu mirembe.

Emirembe mu Mazima Gokka

Ekintu ekimu kye tulina okwegendereza kwe kuba nti waliwo enjawulo mu kubeera omugumiikiriza n'okubikirira ensobi z'abalala okusobola okubeera mu mirembe n'okubuusa amaaso ekintu olw'okuba tulowooza nti si kya makulu nnyo. Okubeera mu mirembe tekitegeeza nti twewale oba twekkiriranye n'ow'oluganda ali mu kwonoona. Tulina okubeera mu mirembe na buli omu naye eddembe tulina kulifunira mu mazima.

Eky'okulabirako, ab'ekika oba emikwano basobola okutugamba okuvuunamira ekifaananya. Basobola okutugamba okunywa omwenge. Kino kikontana n'ekigambo kya Katonda (Okuva 20:4-5: Abaefeso 5:18), kale n'olwekyo tulina okubigaana ebyo, tukwate ekkubo erisanyusa Katonda.

Naye bwe tukola ekyo, tulina okubeera abagezi. Tetulina

kuwuliza balala bubi. Tulina okubeera ab'ekisa gye bali obudde bwonna. Tulina okukwata ku mitima gyabwe n'obwesigwa bwaffe. Olwo nno tusobola okubasikiriza n'omutima omuwombeefu era ne tubasaba batutegeere.

Buno bwe bujulizi bw'omu ku bannyina ffe mu kanisa yaffe. Bwe yaweebwa omulimu, yafuna ebizibu ne munne bwe baali bakola okumala ekiseera. Baali bagala abeera nga akyakala n'abo n'okukung'ana wamu n'abo ku lunaku olwa sande, so ng'ate yali ayagala okukuuma olunaku lwa Katonda nga lutukuvu.

Kale, bakozi banne ne bakama be ne batandika okumwewala. Naye ekyo teyakifaako n'asigala ng'akola n'obwesigwa, ng'ayambako ne ku balala emirimu gyabwe. Bwe baamulaba ng'afulumya evvumbe lino erya Kristo, baakwatibwako. Kati enkung'ana baziteekayo nnaku ndala olutali lwa sande, era ne mbaga zaabwe baziteekayo ku lwa mukaaga so si Sande nga bwe gwandibadde.

Omukisa Gw'okuyitibwa Abaana ba Katonda

Matayo 5:9 wagamba, "Balina omukisa abatabaganya, kubanga abo baliyitibwa baana ba Katonda." Bukulu ki obuli mu kufuna omukisa ogukuyisa omwana wa Katonda?

Wano 'Abaana' kitegeeza abaana ba Katonda bonna. Kyokka kyawukanamu ko ku 'baana' aboogerwako mu Baggalatiya 3:26 awagamba nti, "Kubanga mmwe mwenna muli baana ba Katonda olw'okukkiriza, mu Kristo Yesu." Mu Baggalatiya ky'ogera ku baana abalenzi bokka abalokole. Naye 'abaana ba Katonda' nga kitegeeza abatabaganya kirina amakulu ag'ebuziba.

Gamba nga, be baana abatuufu abo Katonda Yennyini bakkiririzaamu.

Abo bonna abakkiriza Yesu Kristo era nga balina okukkiriza baana ba Katonda. Yokaana 1:12 wagamba, "Naye bonna abaamusembeza yabawa obuyinza okufuuka abaana ba Katonda, bwe bakkiriza erinnya Lye." Naye wadde ffena twalokolebwa era ne tufuuka abaana ba Katonda, abakkiriza bonna tebafaanagana.

Eky'okulabirako, mu baana abangi, waliwo abo abategeera emitima gy'abazadde baabwe era ne bababudaabuda, so nga abalala bo baliwo kukaluubiriza bazadde baabwe.

Mu ngeri y'emu, ne bwe tuba tutunuulidde ku ngeri Katonda gy'alabamu ebintu, abaana abamu banguwa okweggyako obubi okuva mu mitima gyabwe era ne bagondera ekigambo, so nga abaana abalala tebakyuka ne bwe wayitawo ekiseera ekiwanvu. Bagenda mu maaso n'okwonoona.

Wano, baana ki Katonda baanaatwala nti be basinga? Kyeraga lwatu, abo abafaanana Mukama, balina emitima emitukuvu, era bagondera ekigambo. Kale, Olubereberye 17:1 wagamba, "Nze Katonda Omuyinza w'ebintu byonna, tambuliranga mu maaso gange, obeerenga mutuukirivu." Katonda ayagala abaana Be okuba nga tebalina bbala lyonna era nga batuukiridde.

Ffe okusobola okuyitibwa Abaana ba Katonda, tulina okufaanana ekifaananyi kya Yesu oyo Omulokozi waffe (Abaruumi 8:29). Yesu, omwana wa Katonda, yafuuka omutabaganya nga yeewaayo n'okutuuka okukomererwa.

Mu ngeri y'emu, bwe tufaanana Yesu mu kwewaayo era ne

tunoonya emirembe tusobola okuyitibwa abaana ba Katonda. Olwo nno naffe tusobola okweyagalira mu buyinza obw'omwoyo n'amaanyi Yesu bye yeeyagaliramu (Matayo 10:1).

Nga Yesu bwe yawonya endwadde enyingi, n'agoba dayimooni, era n'azuukiza abafu, bwe tuyitibwa abaana ba Katonda olwo naffe tubeera tusobola okuwonya ne ndwadde ezitawona nga kansa , Siriimu ne Kansa ow'omu musaayi.

Era, n'abo abalema, abazibe b'amaaso, abafudde, bakasiru, n'abo abakonzibye basobola okutereera. Amaaso gaabwe gazibuka, ne batambula, era n'abafudde ne bazuukizibwa.

Omulabe setaani ajja kutya era akankane, kale abo abaawambibwa dayimooni oba amaanyi g'ekizikiza bajja kuteebwa (Makko 16:17-18). Wajja kubaawo okulabisibwa kw'emirimu gy'okuwonya egissukuluma ku kkomo ly'obudde n'ekifo. Emirimu egitalabikalabika n'agyo gisobola okutuukawo okuyita mu bintu bye tukwata ng'obutambaala nga bwe kyali ku Pawulo (Ebikolwa 19:11-12).

Era, nga Yesu bwe yakakkanya omuyaga n'amayengo, tujja kusobola okuleeta enkyukakyuka mu mbeera y'obudde (Matayo 8:26-27). Enkuba ejja kulekayo okutonya, era tusobola n'okukyusa ekkubo ly'omuyaga ogw'amaanyi oba ne guggwerawo ddala. Tusobola n'okulaba musoke ku ggulu ku lunaku olungi.

Ng'ogyeeko ebyo, bwe tuyitibwa abaana ba Katonda, tujja kuyingira Yerusaalemi Empya nga eno y'eri Namulondo ya Katonda. Eyo tusobola okweyagalira mu kitiibwa ng'abaana ba Katondaabatuufu. Bwe tubeera n'okukkiriza okutulokola, tujja kuyingira Olusuku lwa Katonda, naye bwe tufuuka abaana ba Katonda abatuufu abayitibwa abaana ba Katonda, tusobola okuyingira mu Yerusaalemi Empya, ekifo ekisingayo obulungi mu bwakabaka obw'omu ggulu.

Ekitiibwa ky'omulangira anaatuula ku namulondo nga ky'amaanyi? Era bwe tufaanana Katonda nga ye Mufuzi wa buli kintu era ne tuyitibwa baana ba Katonda, Ekitiibwa kyaffe kijja kubeera kya waggulu nnyo! Tujja kubeera tuwerekerwako eggye ery'omu ggulu ne bamalayika, era tujja kutenderezebwa abantu abatabalika mu bwakabaka obw'omu ggulu olubeerera.

Era, tujja kweyagalira mu bintu ebirungi bingi n'ennyumba ennene era ez'omulembe mu kifo ekirungi ennyo Yerusaalemi Empya. Tujja kubeera balamu olubeerera mu ssanyu eritasobola kunyonyolwa.

N'olwekyo, tulina okwetika omusalaba gwaffe era tufuuke abatabaganya n'omutima gwa Mukama oyo eyeewaayo okutuuka ku ssa ery'okukomererwa, tubeere nga tusobola okufuna okwagala kwa Katonda okungi n'emikisa.

Essuula 8
Omukisa Ogw'omunaana

Balina Omukisa Abayigganyizibwa Olw'obutuukirivu,
Kubanga abo obwakabaka obw'omu ggulu bwe bwabwe

Matayo 5:10

Balina omukisa abayigganyizibwa olw'obutuukirivu, kubanga abo obwakabaka obw'omu ggulu bwe bwabwe.

"Kkiririza mu Yesu Kristo ofune obulokozi."

"Osobola okufuna emikisa mu bintu byonna nga okkiririza mu Katonda Ayinza Byonna."

Ebiseera ebisinga ababuulizi bagamba nti bwe tukkiriza Yesu Kristo, tusobola okulokolebwa era ne tufuna n'emikisa mu bintu byonna, era tusobola okukulaakulana mu bulamu bwaffe nga tufuna okuddibwamu eri ebizibu by'obulamu byonna.
Mu kanisa yaffe yokka tuddiza Katonda ekitiibwa n'obujjulizi bungi buli wiiki.
Wabula wadde guli gutyo, Bayibuli era etugamba nti wajja kubaayo embeera enzibu n'okuyigganyizibwa bwe tukkiriza Yesu Kristo. Tujja kufuna emikisa egy'obulamu obutaggwaawo n'emikisa ku nsi kuno gye tukoma okwewaayo ku lwa Mukama, naye ng'era tujja kuyita ne mu kuyigganyizibwa (Abafiripi 1:29).

Mazima mbagamba nti, tewali eyaleka ennyumba, oba ab'oluganda, oba bannyina, oba nnyina, oba kitaawe. oba abaana, oba ebyalo, ku lwange n'olw'enjiri, ataliweebwa emirundi kikumi mu biro bino ebya kaakano, ennyumba, n'ab'oluganda ne bannyina ne bannyaabwe, n'abaana , n'ebyalo, n'okuyigganyizibwa, ne mu mirembe egigenda okujja obulamu obutaggwaawo (Makko 10:29-30).

Okuyigganyizibwa olw'Obutuukirivu

Kitegeeza ki okuyigganyizibwa ku lw'obutuukirivu? Kwe kuyigganyizibwa kwe tusisinkana bwe tutambulira mu kigambo kya Katonda nga tugoberera amazima, obulungi, n'omusana.

Kituufu, tetulina kusisinkana kuyigganyizibwa bwe twekkiriranya era ne tutatambulira mu bulamu obwe Kikristaayo obutuufu. Naye 2 Timoseewo 3:12 wagamba, "Bonna abaagala mu kristo Yesu okukwatanga empisa ez'okutya Katonda banaayigganyizibwanga." Bwe tutambulira mu kigambo kya Katonda, tusobola okusisinkana oba okufuna okuyigganyizibwa awatali nsonga yonna.

Eky'okulabirako, bwe twali tetunnakkiririza mu Mukama, osanga twali tunywa omwenge n'okuwemula saako okweyisa mu ngeri etasaana. Naye oluvannyuma lw'okufuna ekisa okuva ewa Katonda, tugezaako okuva ku kunywa era ne tutambulira mu bulamu obutuukirivu. Kale kijja kyokka ffe okutandika okwekutula kw'abo mikwano gyaffe abatakkiriza. Era ne bwe tuba nga tukyakolagana n'abo, tetusobola kweyagalira wamu nga bwe kyalinga edda, kale olumu kibayisa bubi olumu ne batandika n'okwogera obubi ku neeyisa yaffe

Ekyo kyantuukako nange, Nga sinnakkiriza Mukama, nnalina emikwano mingi abaanywanga nange. Era, nga awaka bwe tukung'ana nga tunywa nnyo. Naye oluvannyuma lw'okukkiriza Mukama, n'ategeera, mu lukung'ana olw'okudda obuggya nti, okwagala kwa Katonda mu kutugaana okutamiira, era amangu ago n'enva ku mwenge.

Baganda bange saddayo kubagabula mwenge, wadde emikwano oba ab'oluganda. Kale ne batandika okwemulugunya nti sibayisa nga bwe nina okubayisa.

Era, bwe tumala okukkiriza Mukama era ne tukuuma olunaku lwa Mukama nga lutukuvu, waliwo obubaga bwe tusubwa nga butegekeddwa ab'oku mirimu. Bwe tuba tuva mu maka agatannakkiriza njiri tusobola okusisinkana okuyigganyizibwa kubanga tugaana okuvunnamira ebifaananyi.

Ababi Bakyawa Omusana

Olwo, lwaki tubonaabona bwe tuba nga tukkiriza Mukama? Kino kye kimu nga bw'olaba amafuta bwe biteegatta. Katonda gwe Musana, era abo abakkiririza mu Mukama era ne batambulira mu kigambo mu mwoyo ba kitangaala (1 Yokaana 1:5). Naye mukama w'ensi eno ye mulabe seetaani, nga ye mufuzi w'ekizikiza (Abaefeso 6:12).

N'olwekyo, nga enzikiza bwevaawo ekitangaala bwe kirabika, omuwendo gw'abakkiriza nga be balinga omusana bwe gweyongera, amaanyi g'omulabe setaani gajja kukendeera. Omulyolyomi setaani yafuga abantu ab'ensi nga be babe. Setaani abasiikuula okuyigganya abakkiriza balekeyo okukkiriza.

Kubanga buli muntu yenna akola ebitasaana akyawa omusana, so tajja eri omusana, ebikolwa bye bireme okunenyezebwa. Naye akola amazima ajja eri omusana ebikolwa bye birabike nga byakolerwa mu Katonda (Yokaana 3:20-21).

Abo abalina emitima emirungi basobola okukwatibwako ne bakiriza enjiri bwe balaba abalala abatambulira mu kigambo kya Katonda mu butuukirivu. Naye abo ababi bajja kulowooza ekyo kibeera kya busiru. Tebagala na kukiwuliza era bayigganya abakkiriza.

Abamu bagezaako n'okuggya abakkiriza ku mulamwa nga boogera ebigambo nga, "Naye gwe tolaba nti oyitiriza? Waliwo abantu nga baakulira mu maka amakristaayo. Abamu ku bo bakadde ba kanisa, naye nga bakyanywa." Naye abaana ba

Katonda tebalina kutambulira mu butali butuukirivu obwo Katonda bwakyawa olw'okuba mikwano gyabwe oba ab'enganda bawuliramu bubi.

Katonda yawaayo omwana We omu yekka ku lwaffe abaali ab'onoonyi. Yesu yajeregebwa n'okuyigganyizibwa, era n'afiira ku musalaba okutwala ebibi byaffe. Bwe tulowooza ku kwagala kuno, tetusobola kwekkiriranya na nsi mu kuyigganyizibwa kwonna olw'okuwulira obulungi mu kaseera akatono.

Abo Abaayigganyizibwa Olw'obutuukirivu

Mu kyasa 605 nga Kristo tanajja, olw'okuwamba kwa Nebukadduneeza ow'e Babulooni, Saddulaaki, Mesaki, ne Abeduneego baafuuka bawambe wamu ne Danyeri. Wadde baali mu nsi ngwiira n'eby'obuwanga bye batamanyidde ebyali bijjuddemu okusinza ebifaananyi, baakuuma okutya kwabwe eri Katonda n'okukkiriza.

Olunaku lumu, baasisinkana embeera enzibu ennyo. Kabaka yakola ekifaananyi ekya zaabu era n'alagira buli muntu mu ggwanga okukivunamira bakisinze. Oyo yenna eyajeemera ekiragiro kya kabaka, yali waakusuulibwa mu kikoomi ky'omuliro.

Saddulaaki, Mesaki, ne Abeduneego bandyewaze ekizibu kyonna ne bavunama buvunnami omulundi gumu bwe guti, naye tebaakikola.

Kyali bwe kityo lwakuba mu Kuva 20:4-5 wagamba, "Teweekoleranga ekifaananyi ekyole, newakubadde ekifaananyi eky'ekintu kyonna kyonna, ekiri waggulu mu ggulu, newakubadde ekiri wansi ku ttaka, newakubadde ekiri mu mazzi agali wansi w'ettaka. Tobivuunamiranga ebyo, so tobiweerezanga, kubanga nze MUKAMA Katonda wo ndi Katonda wa buggya, abiwalana ku baana ebibi bya bajjajja baabwe okutuusa ku mirembe egy'oku bannakasatwe ne bannakana, egy'abantu abankyawa."

Era ekyavaamu, Danyeri ne mikwano gye esatu baalina okusuulibwa mu kikoomi ky'omuliro. Ebigambo bye baayogera nga byakwata ku bantu mu kiseera kino!

Bwe kinaaba bwe kityo, Katonda waffe gwe tuweereza, ayinza okutuwonya mu kikoomi ekyaka n'omuliro, era anaatuwonya mu mukono gwo, Ai kabaka. Naye bwe kitaabe bwe kityo, tegeera, Ai kabaka, nga tetugenda kuweereza bakatonda bo, newakubadde okusinza ekifaananyi ekya zaabu kye wayimiriza (Danyeri 3:17-18).

Wadde obulamu bwabwe bwali mu katyabaga mu kiseera kino, tebekkiriranya okusobola okukuuma okukkiriza. Katonda yalaba okukkiriza kwabwe era n'abawonya okufiira mu kikoomi.

Omuntu Okuyigganyizibwa Olw'ensobi Ye

Ekintu kimu kye tulina okujjukira wano kwe kumanya nti waliwo embeera nnyingi ng'omuntu ayigganyizibwa olw'ensobi ze ye mu kifo ky'okuyigganyizibwa olw'obutuukirivu nga bw'olaba Danyeri n'emikwano gye esatu.

Eky'okulabirako, eriyo abakkiriza abamu abatatuukiriza buvunaanyizibwa bwabwe nga bagamba nti bakola mirimu gya Katonda.

Abayizi bwe batasoma era n'abakyala abatakola bwe batalabirira bulungi waka amaanyi gonna ne bagamalira kw'ebyo ebigenda mu maaso ku kanisa, ab'omu maaka gaabwe bajja kubayigganya. Ekireese okuyigganyizibwa lwakuba balekeredde emisomo gyabwe n'emirimu gy'okutereeza awaka. Naye bakitegeera bubi nga balowooza nti bayigganyizibwa olw'okuba bakola mulimu gwa Mukama.

Omukkiriza ayinza okuba nga takola nnyo ku mulimu, era n'agezaako okuddira emirimu gye n'agikwasa omuntu omulala nga yeekwasa emirimu gy'ekanisa. Olwo nno, ajja kulabulwa oba okuneenyezebwa ku mulimu. Kuno si kuyigganyiziwa ku lwa butuukirivu.

Kale 1 Peetero 2:19-20 wagamba, "Kubanga kino kye kisiimibwa, omuntu bw'agumiikiriza okulumwa olw'okujjukira Katonda, ng'abonyaabonyezebwa awtali nsonga. Kubanga bwe mukola obubi ne mukubibwa empi, bwe muligumiikiriza, ttendo ki? Naye bwe mukola obulungi ne mubonyaabonyezebwa, bwe muligumiikiriza, ekyo kye kisiimibwa eri Katonda."

Balina Omukisa Abo Abayigganyizibwa Olw'obutuukirivu

Mataayo 5:10 wagamba, "Balina omukisa abayigganyizibwa olw'obutuukirivu, kubanga abo obwakabaka obw'omu ggulu bwe bwabwe." Lwaki Bayibuli egamba nti balina omukisa? Okuyigganyizibwa omuntu kw'afuna olw'obubi oba obujjemu tegusobola kubeera mukisa oba empeera. Naye okuyigganyizibwa olw'obutuukirivu gubeera mukisa kubanga oyo afuna okuyigganyizibwa okw'ekika ekyo asobola okufuna obwakabaka obw'omu ggulu.

Nga ettaka bwe linywera nga enkuba emaze okutonnya, oluvannyuma lw'okuyita mu kuyigganyizibwa, emitima gyaffe gijja kuguma era nga gyongedde okutuukirira. Tusobola okuzuula agatali mazima ge twali tetumanyi n'okugegyako. Tusobola okukolerera obugonvu n'emirembe ne tufaananya Mukama omutima okwagala n'abalabe baffe.

Edda, nga bwe batukuba ku ttama erimu nga tunyiiga era nga naffe tuddiza atukubye. Naye okuyita mu kuyigganyizibwa, tutegeera nti okuweereza n'okwagala ne tuba nga tusobola n'okukyusa ettama eddala n'alyo ne balikubako.

Era, abo abaanyiiganga n'okwemulugunya nga tusisinkanye ebizibu kati basobola okubeera n'okukkiriza okunywevu okuyita mu kuyigganyizibwa. Kati balina essuubi mu bwakabaka obw'omu ggulu era babeera mu kwebaza n'okusanyuka mu mbeera yonna.

Kankubuulire ekintu ekyatuuka ku muntu gwe manyi. Waliwo memba w'ekanisa yaffe eyalina emitawaana ne banne bakola n'abo nga batabuka mu buli kintu. Waliwo omuntu eyawaayirizanga omukkiriza ono awatali nsonga. Ebikolwa bye nga tebitegerekeka, era omukkiriza ono n'abonaabona nnyo olw'ekyo.

Abantu abalala bagamba nga nti musajja mulungi, naye okuyita mu mbeera eno omukkiriza n'akizuula nti naye yalina obukyayi mu mutima. N'asalawo okuwambaatira munne gw'akola naye mu mutima gwe kubanga Katonda atugamba okwagala n'abalabe baffe. Yajjukiranga omuntu ono kye yayagalanga era ng'atera n'akimuleetera.

Era, bwe yasabira omuntu ono, n'atandika okumwagalira ddala, era ne batandika okufuuka ab'omukwano n'okusinga abakozi b'omu woofisi eyo.

Kale, Zabuli 119:71 wagamba, "Kwangasa okubonyaabonyezebwa; Ndyoke njige amateeka Go." Okuyita mu kubonaabona okw'ekika ekyo twongera okwewombeeka. Ne tweggyako ebibi n'obubi nga twesigama ku Mukama era ne tufuuka abatukuziddwa. Bwe wayitawo ekiseera okuyigganyizibwa kujja kugenda kwokka.

Bwe tuyigganyizibwa olw'obutuukirivu, okukkiriza kwaffe kujja kukula. Olwo nno, abatwetooloodde bajja kutuwa ekitiibwa era tufune emikisa egy'ebyo ebikwatikako n'eby'omwoyo Katonda by'atuwa. Era, gye tukoma okutuukiriza obutuukirivu mu ffe, tusobola okwambuka mu bifo ebisingako obulungi mu bwakabaka obw'omu ggulu. Guno nga mukisa gw'amaanyi!

Ebifo eby'okubeeramu mu Ggulu N'ebitiibwa bya Njawulo

Olwo, enjawulo wakati w'eggulu abo abaavu mu mutima lye banaafuna n'eryo abayigganyizibwa olw'obutuukirivu lye banaafuna ye eriwa? Waliwo enjawulo nnene.

Erisoose okwogerwako lye ggulu eririna amakulu ag'awamu ng'eyo abantu bonna abalokoleddwa gye bayinza okugenda. Naye eggulu erisembyeyo okwogerwako bye bifo ebisingako obulungi mu ggulu gye tujja okugenda gye tukoma okuyigganyibwa olw'okutambulira mu butuukirivu.

Gye tukoma okutuukiriza okutukuzibwa era ne tufuuka abaana ba Katonda abatuufu abo Katonda bayagala, ne gye tukoma okutuukirizaamu obuvunaanyizibwa bwaffe obulungi, gye tukoma okufuna ebifo eby'okubeera n'empeera mu ggulu ebisingako obulungi kubanga n'abyo bijja kubeera bya njawulo.

Yokaana 14:2 wagamba, "Mu nnyumba ya Kitange mulimu ebifo bingi eby'okubeeramu, singa tekiri bwe kityo, nandibagambye, kubanga ng'enda okubateekerateekera ekifo."

Ate, 1 Abakkolinso 15:41 wagamba, "Ekitiibwa ky'enjuba kirala. n'ekitiibwa ky'omwezi kirala, n'ekitiibwa ky'emmunyeenye kirala, kubanga emmunyeenye teyenkana na ginnaayo kitiibwa." Tusobola okukiraba nti ebifo eby'okubeeramu n'ebitiibwa bye tujja okubeera n'abyo mu ggulu bijja kubeera bya njawulo okusinziira ku ssa ly'obutuukirivu lye tutuuseeko.

Abo abaavu mu mutima b'ebo abakkiriza Mukama era ne bafuna obuyinza okuyingira mu bwakabaka obw'omu ggulu. Okuva kw'olwo basobola okutandika okuteekateeka obugonvu era bafuuke batukuvu mu mutima nga banakuwala n'okwenenya ebibi saako okubyeggyako. Balina okugenda mu maaso nga bakula mu mwoyo olw'okugoberera obutuukirivu obutalekayo.

Kwe kugamba abo bokka abazuula obubi bwabwe, ne ba bweggyako era ne bafuuka batukuvu okuyita mu kuyigganyizibwa n'ebigezo be basobola okuyingira mu bifo ebisingako obulungi mu ggulu era balabe ne Katonda Kitaffe.

Okuyigganyizibwa olwa Mukama

Gye tukoma okutuukiriza obutuukirivu, okuyigganyizibwa kujja kuggwawo. Okukkiriza kwaffe bwe kugenda kukula era ne tweyongera okutukuzibwa, abantu abatwetoolodde bajja kutuwa ekitiibwa. Era, tujja na kufuna emikisa egy'ebyo ebikwatikaka n'eby'omwoyo okuva eri Katonda.

Kino tusobola okukirabira ku mikwano gya Danyeri esatu.

Baayigganyizibwa kubanga beenyweza ku butuukirivu bwa Katonda. Baasuulibwa mu kikoomi ekyali ky'aka emirundi musanvu okusinga ku kya bulijjo, naye Katonda yabakuuma. Wadde oluviiri olumu ku mitwe gyabwe terwakwata muliro.

Okulaba omulimu gwa Katonda, kabaka naye yagulumiza Katonda Omuyinza wa byonna. Era n'agulumiza ne bano abasatu.

Naye tekitegeeza nti okuyigganyizibwa kwonna kujja kuvaawo olw'okuba tutuukiriza obutuukirivu mu bujjuvu olw'okutambulira mu kigambo kya Katonda. Waliwo n'okuyigganyizibwa abakozi ba Katonda kwe balina okuyitamu ku lw'obwakabaka bwa Katonda.

Mmwe mulina omukisa bwe banaabavumanga, bwe banaabayigganyanga, bwe banaabawaayiranga buli kigambo kibi, okubavunaanya nze. Musanyukenga, mujaguze nnyo, kubanga empeera yammwe nnyingi mu ggulu, kubanga bwe batyo bwe baayigganya bannabbi abasooka mmwe (Matayo 5:11-12).

Ba jjajja b'okukkiriza bangi baakkiriza okubonaabona okusobola okutuukiriza okwagala kwa Katonda. Ekisookera ddala, Yesu yabeerawo mu kikula kya Katonda. Talina bbala wadde olufunyiro, naye yatwala ekibonerezo kya ab'onoonyi. Okusobola okutuukiriza ekigendererwa ky'obulokozi, Yakubibwa era n'akomererwa wakati mu kudduulirwa n'okunyoomebwa.

Omutume Pawulo

Katutwale eky'okulabirako ky'omutume Pawulo. Pawulo

yateekawo omusingi gw'obuweereza bw'okubunyisa enjiri mu bitundu ebirala olw'okubuulira enjiri eri Abamawanga. Okuyita mu ngendo ze esatu yanyweza ekkanisa nnyingi. Kino tekyali kyangu n'akamu. Tusobola okulaba engeri gye kyalimu ekizibu bwe yayogera nti...

Bo baweereza ba Kristo? njogera ng'omulalu nze mbasinga, mu kufuba mbasukkirira mu kusibibwa mbasukkirira, mu kukubibwa okuyingirira ennyo, mu kufa emirundi emingi. Eri Abayudaaya n'akubibwa emirundi etaano emiggo amakumi asatu mu mwenda. Emirundi esatu nnakubibwa enga, omulundi gumu nnakasuukirirwa amayinja, emirundi esatu eryato lyamenyeka, nnasula ne nsiiba mu buziba. Mu kutambulanga emirundi emingi, mu bubi obw'emigga, mu bubi obw'abanyazi, mu bubi obuva eri eggwanga lyange, mu bubi obuva eri ab'amawanga, mu bubi obw'omu ddungu, mu bubi obw'omunyanja, mu bubi obw'ab'oluganda ab'obulimba, mu kufuba n'okukoowa, mu kutunulanga emirundi emingi, mu njala n'ennyonta, mu kusiibanga emirundi emingi, mu mpewo n'okubeera obwereere (2 Abakkolinso 11:23-27).

Waaliwo n'abantu abaalayira nti tebajja kulya kintu kyonna okutuuka nga Pawulo atiddwa. Tusobola okulowooza ku kubonaaboba kwe yayitamu nti kwali kungi (Ebikolwa 23:12). Kyokka wadde okuyigganyizibwa kwali kungi, omutume Pawulo yabeeranga musanyufu era nga yeebaza kubanga yalina essuubi mu bwakabaka obw'omu ggulu.

Yali mwesigwa okutuuka ku ssa ery'okuyiwa omusaayi ku lw'obwakabaka n'obutuukirivu bwa Katonda, nga n'obulamu bwe bwe nnyini abutwala nti si kintu (2 Timoseewo 4:7-8).

Tekiri nti abantu ba Katonda babonaabona kubanga tebalina maanyi. Yesu bwe yali ku musalaba, Singa yali ayagadde, yandiyise eggye eddene ennyo ery'abamalayika okuva mu ggulu ne bazikiriza ababi bonna abaliiwo (Matayo 26:53).

Bombi Musa n'omutume Pawulo baalina amaanyi mangi nti abantu batuuka n'okulowooza nti ba katonda (Okuva 7:1, Ebikolwa 14:8-11). Abantu bwe baatwalanga obutambaala oba eminagiro egikoonye ku Pawulo eri abalwadde, nga bawonerawo endwadde ne dayimooni nga zibavaako (Ebikolwa 19:12).

Naye olw'okuba baali bakimanyi nti ekigendererwa kya Katonda kyali kigenda kutuukirizibwa mu ngeri ey'amaanyi okuyita mu kubonaabona kwabwe, tebagezaako kwewala oba okudduka okubonaabona wabula baakukkiriza mu ssanyu. Baabuulira okwagala kwa Katonda n'okuyaayaana okungi era ne bakola ekyo Katonda kye yali abalagidde.

Empeera Ey'amaanyi Bwe Tusanyuka N'okujaguza

Ensonga lwaki tusanyuka ne tujaguza bwe tubeera tuyigganyizibwa olw'erinnya lya Mukama lwakuba empeera eneetuweebwa mu bwakabaka obw'omu ggulu ejja kubeera nnene (Matayo 5:11-12).

Mu bambowa bakabaka ab'edda mwalimu abo abaali beewaddeyo ennyo, mwalimu abo abaali abeetegefu okuwaayo obulamu bwabwe ku lwa kabaka. Kabaka ng'abongera ekitiibwa olw'okwewaayo kwabwe. Ng'omumbowa bw'afa ng'abaako empeera gy'awa abaana be.

Nga bwe kyogera mu Yokaana 15:13, "Tewali alina kwagala kunene okusinga kuno omuntu okuwaayo obulamu bwe olwa mikwano gye," Baakakasanga okwagala kwabwe eri kabaka waabwe nga bawaayo obulamu bwabwe.

Bwe tuyigganyizibwa era ne tuwaayo obulamu bwaffe olwa Mukama, Katonda ayinza atya, nga ye mukama w'ebintu byonna, okumala ga kireka n'ekigenderawo kityo? Ajja kutuyiira emikisa egitayogerekeka.

Ajja kutuwa ebifo eby'okubeeramu mu bwakabaka obw'omu ggulu. Abo abattibwa olwa Mukama bajja kusiimibwa olw'emitima gyabwe egyagala Mukama. Bajja kugenda ekitono ennyo mu bwakabaka obw'okusatu obw'omu ggulu oba bagende mu Yerusaalemi Empya.

Ne bwe tuba nga tetutukuziddwa mu bujjuvu, bwe tuwaayo obulamu bwaffe ng'abajulizi, kitegeeza, nti tusobolera ddala okutukuzibwa singa tubeera tuweereddwa ekiseera ekisinga kw'ekyo.

Omutume Pawulo yabonaabona nnyo era n'awaayo n'obulamu bwe olwa Mukama. Yalinga awuliziganya ne Katonda bulungi nnyo era ne yeerabira ku bintu bingi eby'omwoyo eby'omu ggulu. Olw'okuba yali alabye olusuku lwa Katonda, Yayogera nti, "Kubanga ngera ng'okubonaabona okw'omu biro bya kaakati nga tekutuuka kwenkanyaankanya n'ekitiibwa ekigenda okutubikkulirwa ffe" (Abaruumi 8:18).

Era yayogera n'agamba 2 Timoseewo 4:7-8 ng'agamba nti, "Nnwanye okulwana okulungi, olugendo ndutuusizza, okukkiriza nkukuumye. Ekisigaddeyo, enterekeddwa engule ey'obutuukirivu, Mukama waffe gy'alimpeera ku lunaku luli."

Katonda teyeerabira bwesigwa n'okufuba kw'abo abayigganyizibwa era ne bafuuka abajulizi ba Mukama. Asasula ssaddaaka ey'ekika ekyo n'ekitiibwa saako empeera ebikulukuta obukulukusi. Ng'omutume bwe yayogera, wajja kubaayo empeera ez'ewunyisa n'ekitiibwa ebitulindiridde.

Ne bwe tuba nga tetufiiriddwa bulamu bwaffe obulabibwa, ebintu byonna bye tukola ku lwa Mukama n'omutima ogw'abajulizi n'okuyigganyizibwa kwonna kwe tuyitamu olwa Mukama bijja kusasulibwa ng'empeera n'emikisa.

Era, eri abo abasanyufu nga bajjaguza ne bwe babeera nga bayigganyizibwa olwa Mukama, Katonda addamu okuyaayaana kw'emitima gyabwe era n'abawa ebyetaago byabwe okulaga obukakafu nti Katonda ali wamu nabo. Gye bakoma okuwangula embeera enzibu, okukkiriza kwabwe kujja kweyongera; olwo nno bajja kufuna amaanyi mangi n'obuyinza, nga bawuliziganya ne Katonda obulungi ennyo era babeere nga basobola okulaga emirimu egy'amaanyi ga Katonda egy'amaanyi.

Naye ng'amazima, eri abo abawaayo obulamu bwabwe ku lwa Mukama tebafaayo ne bwe babeera tebalina kye basasuddwa wano ku nsi. Basobola n'okusanyuka ennyo kubanga tewali ky'osobola kugeraageranya n'emikisa saako empeera z'omu ggulu bye bajja okufuna.

Emikisa Gy'abo Abeenyigira mu Kubonaabona kwa Mukama

Tulina ekirala kye tulina okujjukira. Omuntu wa Katonda bw'abonaabona olwa Mukama, abo abali naye n'abo bajja kufuna ku mikisa.

Dawudi bwe yali asindiikirizibwa mutabani we Abusolomu eky'ava ku kibi kye, Abo abaali ab'amazima baamanya nti Dawudi yali musajja wa Katonda. Wadde obulamu bwabwe bwali mu katyabaga baasigala naye. Era ekyavaamu, Dawudi bwe yaddamu okufuna ekisa kya Katonda, n'abo baasobola okufuna ekisa wamu ne Dawudi.

Kuno kwe kwagala kwa Katonda oyo omwenkanya nti omwana wa Katonda bw'abonaabona olw'erinnya lya Mukama, abo abali wamu naye n'omutima omutuufu n'abo bajja kweyagalira mu kitiibwa kye mu dda. Yesu naye yagamba abayigirizwa Be ebikwata ku mpeera ez'omu ggulu ze bajja okufuna okusobola okubongera essuubi.

Naye mmwe muumuno abaagumiikirizanga awamu Nange mu kukemebwa Kwange; Nange mbaterekera obwakabaka nga Kitange bwe yanterekera Nze, Mulyoke mulye era munywere ku mmeeza Yange mu bwakabaka Bwange era mulituula ku ntebe ey'ekitiibwa, nga Musalira emisango ebika ekkumi n'ebibiri eby'Abaisiraeri (Lukka 22:28-30).

Ekkanisa yaffe wamu nange twalina okuyita mu kuyigganyizibwa kungi mu kutuukiriza obwakabaka bwa Katonda. Olw'okuba twamanya nti kwe kwali okwagala kwa Katonda, twabuulira ku bintu eby'omwoyo eby'ebuziba, nga tukimanyi nti n'akyo kijja kutuleetera okuyigganyizibwa.

Nga tuyita mu mbeera enzibu ennyingi omuntu zaatasobola kugumiikiriza, buli kimu twakiteeka mu mikono gya Katonda na kusaba saako okusiiba byokka. Awo Katonda n'atuwa amaanyi mangi ng'obukakafu nti ali wamu naffe. Yatuganya okulaga obubonero bungi n'eby'ewuunyo. Endwadde zokka si ze zaawona wabula n'obunafu obulala nga okukonziba, obuzibe bw'amaaso n'obuggavu bw'amatu, oba ebitundu by'omubiri ebyali ebinafu okuva bannyini byo ng'abato byatereera.

Era, twasobola okuzza enkumi n'enkumi z'abantu wamu n'obukadde bw'abantu eri Mukama okuyita mu kuluseedi ze twateeka mu nsi ennyingi. Emu ku kuluseedi ezo yakwata ku nsi yonna era n'eteekebwa ku mukutu gw'amawulire ogw'ensi yonna ogwa CNN.

Mu 2005, omukutu gwa Ttivvi omulala ogumanyiddwa nga GCN (Global Christian Network) gwatandikibwawo era ne gutandika okugenda ku mpewo essaawa abiri mu nnya mu kibuga New York ne New Jersey. Mu mwaka gumu gwokka okuva lwe yatandikibwa, Katonda yagiwa omukisa mu ngeri nti omuntu yenna nga asobola okugirabira wonna mu nsi okuyita ku munaala.

Naddala mu kuluseedi eyali mu kibuga New York eyaliyo mu gw'omusanvu omwaka gwa 2006 mu kibangirizi kya Madison Square Garden mu kibuga New York, kuluseedi eno yateekebwa ku mpewo era n'etuuka mu nsi ezisoba mu 200 mu nsi yonna okuyita ku mikutu gy'ekikristaayo nga GCN, Cosmovision, GloryStar Network, and Daystar TV.

Emabega w'ekitiibwa eky'ekika kino kwali okusaba mu kukowoola Katonda okwa ba memba be kanisa. Ba memba b'ekanisa abasinga baakuuma ekanisa ng'eyimiridde olw'okusaba wamu n'okusiiba ekanisa bwe yali mu kiseera ekizibu ennyo.

Abo abeenyigira mu kubonaabona wamu ne Mukama baalina essuubi ery'amaanyi mu bwakabaka obw'omu ggulu. Baakula ne bafuna okukkiriza okw'omwoyo era okuvumu. Ebintu bino byonna byabaweebwa mu ngeri ey'emikisa ng'okusasulwa olw'ebyo bye baakola. Ab'omu maka gaabwe, ku mirimu gye bakolera, ne bizinensi zaabwe biweebwa omukisa. Ekitiibwa bakiddiza Katonda n'obujjulizi bwabwe.

N'olwekyo, abo abagoberera emikisa emituufu basobola okusanyuka n'okujaguza okuva ku ntobo y'emitima gyabwe bwe bayigganyizibwa ku lwa Mukama. Kiri bwe kityo lwakuba bo batunuulidde emikisa egy'olubeerera gye bajja okufuna mu bwakabaka obw'omu ggulu.

Oyo Anoonya Emikisa Emituufu

Omukisa mu maaso ga Katonda gwa njawulo nnyo ku mikisa abantu b'ensi gye balowooza okuba emikisa.

Abantu abasinga balowooza nti okubeera omugagga mukisa. Naye, Katonda agamba abo abaavu mu mutima be b'omukisa. Abantu balowooza okubeera ng'oli musanyufu buli ssawa gwe mukisa. Naye, Katonda agamba abo abali mu nnaku be balina omukisa. Katonda agamba abo abalumwa enjala n'ennyonta olw'obutuukirivu era abagonvu be balina omukisa.

Emikisa agyasuubizibwa gitulaga engeri entuufu gye tuyinza okufunamu obwakabaka obw'omu ggulu, okufuna omutima omwavu n'okufanana omutima gwa Katonda okuyita mu kuyigganyizibwa.

N'olwekyo, bwe tugondera ekigambo, tujja kuba tusobola okwegyako buli kika kya bubi era tujjuze emitima gyaffe n'amazima. Tujja kusobola okukomyawo mu bujjuvu ekifaananyi kya Katonda eky'obugonvu n'obutukuvu ebyo ebisanyusa Katonda. Eno y'engeri y'okufuukamu omuntu ow'okukkiriza era omuntu ow'omwoyo omujjuvu.

Omuntu ow'ekika kino abeera ng'omuti ogusimbiddwa okumpi n'amazzi. Emiti egisimbiddwa amazzi giweebwa amazzi mu bungi. Ne mu kyeya oba ku nnaku ez'ebbugumu, gijja kubeera n'ebikoola ebyakiragala era gibale ebibala ebingi (Yeremiya 17:7-8).

Abakkiriza abatambulira mu kigambo kya Katonda oyo emikisa gyonna kwe giva, tujja kuba tetulina kye tutya ne mu bizibu. Bulijjo tujja kulabanga omukono gw'okwagala kwa Katonda n'emikisa.

N'olwekyo, Nsaba mu linnya lya Mukama olindirire mu kwesunga ekitiibwa ekinaakubikkulirwa era onoonye mu ggwe ebyo ebikuweesa omukisa. Nsaba nti ojja kusobola okweyagalira mu mikisa gya Katonda Kitaffe gy'akuwa mu bujjuvu bwagyo, ku nsi ne mu ggulu.

*"Alina omukisa omuntu
atatambulira mu kuteesa kw'ababi,
Newakubadde okuyimirira mu kkubo ly'abo abalina ebibi,
Newakubadde okutuula ku ntebe y'abanyooma!
Naye amateeka ga MUKAMA ge gamusanyusa,
Era mu mateeka mwalowooleza emisana n'ekiro.*

*Naye alifaanana ng'omuti ogwasimbibwa
okumpi n'ensulo ez'amazzi,
Ogubala emmere yaagwo mu ntuuko zaayo
Era amalagala gaagwo tegawotoka;
Na buli kyakola, akiweerwako omukisa"
(Zabuli 1:1-3).*

Ebifa ku Muwandiisi:
Dr. Jaerock Lee

Dr. Jaerock Lee Yazaalibwa Muan, ekisangibwa mu ssaza lye Jeonnam, mu Nsi ye Korea, mu mwaka gwa 1943. Ng'ali mu myaka amakumi abiri, Dr. Lee yabonaabona n'endwadde nnyingi ez'olukonvuba okumala emyaka musanvu era ng'alinda bulinzi kufa awatali ssuubi lya kuwona. Wabula lumu mu biseera eby'omusana mu mwaka gwa 1974, yatwalibwa mwannyina mu kanisa era bwe yafukamira wansi okusaba, amangu ago Katonda Omulamu n'amuwonya endwadde ze zonna.

Okuva Dr. Lee bwe yasisinkana Katonda Omulamu okuyita mu ngeri ennungi bw'etyo, ayagadde Katonda n'omutima gwe gwonna era n'amazima, era mu mwaka gwa 1978 yayitibwa okuba omuweereza wa Katonda. Yasaba n'amaanyi ge gonna n'okusiiba asobole okutegeera obulungi okwagala kwa Katonda, alyoke akutuukirize mu bujjuvu era agondere Ebigambo bya Katonda byonna. Mu 1982, yatandika ekanisa eyitibwa Manmin Central Church esangibwa mu kibuga Seoul, eky'omu nsi ye Korea, era eby'amagero bya Katonda ebitabalika, omuli okuwonya okw'ebyamagero bizze bibeerawo mu kanisa ye.

Mu 1986, Dr. Lee yatikkirwa ku mukolo Annual Assembly of Jesus ogwali mu Sungkyul Church of Korea, n'afuuka omusumba era oluvanyuma lw'emyaka ena mu mwaka gwa 1990, obubaka bwe bwatandika okuzanyibwa ku butambi mu nsi ya Australia, Russia, Philippines, n'ensi endala nnyingi ku mikutu nga Far East Broadcasting Company, Asia Broadcast Station, ne Washington Christian Radio System.

Nga wayise emyaka essatu mu 1993, Manmin Central Church yalondebwa okuba "emu ku kanisa 50 ezikulembedde mu nsi yonna" nga bino byafulumizibwa aba Christian World magazine (ng'efulumira mu Amerika) era n'afuna ekitiibwa ky'obwa Dokita mu By'eddiini okuva mu ttendekero eriyitibwa Christian Faith College, eky'omu kibuga Florida, ekisangibwa mu Amerika, era mu 1996 yaweebwa eky'obwa ssabakenkufu mu ttendekero lye Kingsway Theological Seminary, eky'omu kibuga Iowa, mu Amerika.

Okuva omwaka gwa 1993, Dr. Lee akulembeddemu okutambuza enjiri mu nsi yonna okuyita mu kuluseedi ennyingi z'akubye emitala w'amayanja nga kuluseedi eyali e Tanzania, Argentina, L.A., Baltimore City, Hawaii, ne New York City eky'omu Amerika, Uganda, Japan, Pakistan, Kenya, Philippines, Honduras, India, Russia, Germany, Peru, Democratic Republic of the Congo, Israel ne Estonia.

Mu 2002 empapula ez'amaanyi mu Korea z'amuyitanga "omusumba ow'ensi yonna" olw'emirimu gye mu nsi ez'enjawulo gye yakubanga Kuluseedi ennene ennyo. Naddala, kuluseedi ye ey'omu kibuga New York eyaliyo mu 2006 nga yayatiikirira nnyo, Kuluseedi eyali mu kisaawe ekimanyiddwa ennyo ekiyitibwa Madison Square Garden era nga yayita ku mpewo ku mikutu gy'empuliziganya mu nsi 220, mu kuluseedi gye yakuba mu Isiraeri mu mwaka gwa 2009 mu kifo ekiyitibwa International Convention Center ekisangibwa mu Yerusaalemi era n'alangirira mu buvumu nti Yesu Kristo ye Mununuzi era Omulokozi.

Obubaka bwe bwatuuka mu nsi 176 okuyita ku setilayiti n'omukutu ogumanyiddwa nga GCN TV era mu mwaka gwa 2009 ne 2010 akatabo akamanyiddwa ennyo mu Russia kafulumya nti Dr. Lee y'omu ku bakulembeze b'eddiini 10 abasinga okukwata ku bantu, mu katabo Victory ne mu new agency Christian Telegraph olw'obuweereza bwe ku TV obw'amaanyi ne mu makanisa agali ebunaayira gasumba.

Weguweredde omwezi ogw'okutaano mu 2013, Ekanisa ya Manmin Enkulu eweza ba memba abassuka mu 120,000. Waliwo amatabi g'ekanisa 10,000 mu nsi yonna, nga 56 gali mu nsi ye Korea, era aba minsani 129 beebakasindikibwa mu nsi 23, omuli Amerika, Russia, Germany, Canada, Japan, China, France, India, Kenya, n'endala nyingi.

Ekitabo kino w'ekifulumidde, Dr. Lee abadde awandiise ebitabo ebirala 85, omuli ebisinze okutunda nga Okuloza ku Bulamu Obutaggwaawo nga si n'afa, Obulamu Bwange, Okukkiriza Kwanga I & II, Obubaka Bw'omusalaba, Ekigera Okukkiriza, Eggulu I & II, Ggeyeena, Zuukusa Isiraeri!! ne Amaanyi ga Katonda. Ebitabo bye bikyusiddwa okudda mu nnimi ezissuka mu 75.

Waliwo obubaka bwe obuwandiikibwa mu miko gye mpapula z'amawulire ng'olwa The Hankook Ilbo, The JoongAng Daily, The ChosunIlbo, The Dong-A Ilbo, The MunhwaIlbo, The Seoul Shinmun, The Kyunghyang Shinmun, The Korea Economic Daily, The Korea Herald, The Sisa News, ne The Christian Press.

Dr. Lee kati akola ng'omukulembeze w'ebitongole by'obu misani bingi saako ebibiina: nga ye Sentebe wa, The United Holiness Church of Jesus Christ; Ye Pulezidenti wa, Manmin World Mission; Pulezidenti ow'enkalakalira, The World Christianity Revival Mission Association; Ye yatandika, Manmin Ttivvi; Ye yatandika era ali ku bboodi ya, Global Christian Network (GCN); Mutandisi era ye Ssentebe wa Bboodi ya, World Christian Doctors Network (WCDN); era ye yatandika era ye sentebe wa Bboodi ya, Manmin International Seminary (MIS).

Ebitabo ebirala Eby'amaanyi eby'omuwandiisi y'omu

Eggulu I & II

Ekifaananyi ekiraga ekifo ekirungi ennyo abatuuze b'omu ggulu mwe babeera n'ennyinyonyola ennungi ey'emitendera egy'enjawulo egy'obwakabaka obw'omu ggulu

Obulamu Bwange, Okukkiriza Kwange I & II

Evvumbe ery'omwoyo erisingayo obulungi erigiddwa mu bulamu obwameruka n'okwagala kwa Katonda okutatuukika, wakati mu mayengo g'ekizikiza, n'enjegere ezinyogoga saako obulumi obutagambika

Okuloza ku Bulamu Obutaggwaawo nga si n'afa

Obujjulizi bwa Dr. Jaerock Lee, eyazaalibwa omulundi ogw'okubiri era n'alokolebwa okuva mu kiwonvu eky'ekisiikirize eky'okufa era abadde atambulira mu bulamu bw'ekikristaayo obw'okulabirako

Ekigera Okukkiriza

Kifo kya kika ki eky'okubeeramu, engule n'empeera ebikutegekeddwa mu ggulu? Ekitabo kino kikuwa amagezi n'okukulung'amya okusobola okupima okukkiriza kwo osobole okuluubirira okukkiriza okusingayo obukulu.

Ggeyeena

Obubaka obw'amazima eri abantu bonna okuva eri Katonda, oyo atayagala wadde omwoyo ogumu okugwa mu bunnya bwa ggeyeena! Mujja kuzuula ebyo ebitayogerwangako ku bukambwa ate nga bwa ddala obuli mu magombe aga wansi aga geyeena.

www.urimbooks.com

www.ingramcontent.com/pod-product-compliance
Lightning Source LLC
LaVergne TN
LVHW010217070526
838199LV00062B/4629